மோடி மாயை

சவுக்கு சங்கர்

சொந்த ஊர், தஞ்சை மாவட்டம், திருக்காட்டுப்பள்ளியில் உள்ள விஷ்ணம்பேட்டை என்ற கிராமம். லஞ்ச ஒழிப்புத் துறையில் அரசு ஊழியராக இருந்த சங்கரின் தந்தை திடீரென்று இறந்துபோனதால், பள்ளிப்படிப்பு முடித்த கையோடு 16வது வயதில் அரசுப் பணியில் சேர்ந்தார்.

இடதுசாரி இயக்கங்களால் ஈர்க்கப்பட்டவர், தீவிர வாசிப்பாளர். லஞ்ச ஒழிப்புத் துறையில் நடைபெற்ற ஊழல்களை வெளிக் கொண்டுவர அவர் எடுத்த முயற்சிகள், தொலைபேசி ஒட்டுக் கேட்பு வழக்கில் அவரைச் சிக்க வைத்தன. அரசுப் பணியில் சேர்ந்த 17வது ஆண்டில் கைது செய்யப்பட்டார். பணி இடைநீக்கம், காவல்துறை சித்திரவதை, வழக்கு ஆகியவற்றை அடுத்தடுத்து எதிர்கொள்ளவேண்டியிருந்தது. இருந்தும் மனம் தளராமல், 'சவுக்கு' என்ற இணையத்தளத்தைத் தொடங்கி காவல்துறை, அரசு உயர் அதிகாரிகள், அமைச்சர்கள் என்று அனைத்து மட்டங்களிலும் நடக்கும் ஊழலைத் தொடர்ந்து அம்பலப்படுத்தினார்.

இந்தியாவையே உலுக்கிய 2ஜி ஊழலில் ஆதாரங்களை மறைக்க ஒரு காவல்துறை உயர் அதிகாரி மற்றும் அரசியல் தலைவர்களோடு நடந்த உரையாடல்களை வெளியிட்டு பெரும் அதிர்வலைகளை ஏற்படுத்தியவர்.

சவுக்கு சங்கர்

மோடி மாயை

கிழக்கு

மோடி மாயை
Modi Maayai
Savukku Shankar ©

Kizhakku First Edition: December 2018
144 Pages
Printed in India.

ISBN 978-81-8493-976-7
Kizhakku 1141

Kizhakku Pathippagam
177/103, First Floor, Ambal's Building, Lloyds Road,
Royapettah, Chennai - 600 014. Ph: +91-44-4200-9603
Email : support@nhm.in | Website : www.nhm.in

kizhakkupathippagam | kizhakku_nhm

Author's Email: jayajayakanthan@gmail.com

Website: www.savukkuonline.com

Author Photo: Nikki Jackson

Kizhakku Pathippagam is an imprint of New Horizon Media Private Limited

ஒரு மாபெரும் ஜனநாயக நாட்டின்
தலைமைப் பொறுப்பை ஏற்பதற்காக
எல்லோரையும் நம்ப வைக்க வேண்டி
மோடி கொடுத்த வாக்குறுதிகள் ஏராளம்.
அவரின் தலைமையில் நடந்த தவறுகளை
ஆதாரங்களோடு சுட்டிக்காட்டி கேள்வி கேட்கிற
ஒரு சாமானியனின் குரலே இந்தப் புத்தகம்.

உள்ளே

	முன்னுரை	...	09
1.	ஒளிரும் குஜராத் என்கிற மாயை	...	17
2.	குஜராத் பெட்ரோலிய கமிஷன் நிறுவன ஊழல்	...	30
3.	2002 குஜராத் கலவரம்	...	36
4.	மார்பில் பாய்ந்த வளர்த்த கடா	...	43
5.	மோடி மாயாஜாலம் : காணாமல் போன குஜராத் விளைநிலங்கள்	...	50
6.	புதிர்கள் அவிழாத ஹரேன் பான்டியா கொலை வழக்கு	...	56
7.	இஷ்ரத் ஜஹான் போலி என்கவுண்டர்	...	64

8. அமித் ஷாவைச் சிறைக்கு அனுப்பிய
சோராபுதீன் ஷேக் வழக்கு ... 71

9. ஒரு நீதிபதியின் மர்ம மரணம் ... 80

10. நிலைகுலைந்த நீதித் துறை ... 86

11. சிதைந்த அமைப்புகள் ... 94

12. மோசடிக்கு மேல் மோசடி ... 102

13. ஊடகங்களுக்கு புறமுதுகு காட்டும் பிரதமர் ... 109

14. மரணித்த சகிப்புத்தன்மை ... 117

15. சீரழிந்த பொருளாதாரம் ... 124

16. ரபேல் விமான பேரம் -
மோடியின் தேசபக்தி ... 131

முன்னுரை

இந்தியாவை ஐந்தே ஆண்டுகளில் சிங்கப்பூர் ஆக்கிக் காட்டுகிறேன், நாட்டில் இன்று நிலவும் அத்தனைச் சிக்கல்கள் , பிரச்னைகளுக்கும் காரணம் காங்கிரஸ் மற்றும் நேரு குடும்பமே, கருப்புப் பணத்தை ஒழிப்பேன், ஊழலை ஒழிப்பேன், லோக் ஆயுக்தா அமைப்பேன், ஒவ்வொருவர் கணக்கிலும் 15 லட்சத்தைப் போடுவேன், ஆண்டுக்கு 2 கோடி வேலை வாய்ப்பை உருவாக்குவேன், கங்கையைத் தூய்மைப்படுத்துவேன் என்று பல்வேறு வாக்குறுதி களோடு ஆட்சிக்கு வந்தார் நரேந்திர தாமோதரதாஸ் மோடி.

காங்கிரஸ் ஆட்சியில் நிலவிய ஏராளமான ஊழல்கள் காரணமாக, நரேந்திர மோடியை, இந்தியாவை வாழ்விக்க வந்த ஒரு மாபெரும் அவதார புருஷர் என்றே பிஜேபி பக்தர்கள் நம்பினார்கள். ஆனால், கடந்த நான்கரை ஆண்டுகாலமாக, நரேந்திர மோடி தான் அளித்த எந்த வாக்குறுதிகளையும் நிறைவேற்றவில்லை. 'ஒரு நாள் கூட விடுப்பு எடுக்காமல் நாட்டுக்காக உழைத்து வருகிறேன்' என்று கூறுகிறார் மோடி. ஆனால் நான்கு ஆண்டுகளில், அதாவது 1475 நாட்களில், மோடி 800 நாட்களை நாடு முழுக்க பேரணிகளை நடத்தி செலவிட்டிருக்கிறார். 150 நாட்கள் வெளிநாட்டு சுற்றுப் பயணம். ஆனால் நாடாளுமன்றத்தில் அமர்ந்திருந்த நாட்கள் வெறும் 19. மேலும், இந்தியா முழுக்க வெறுப்புணர்வு வளர மோடி ஒரு பெரும் காரணமாக இருந்து வருகிறார்.

நாடெங்கும் சிறுபான்மை இனத்தவர் மிகுந்த அச்ச உணர்வில் இருக்கிறார்கள். இந்தியாவின் குறு, நடுத்தர மற்றும் சிறுதொழில்கள்

பெரும் அழிவைச் சந்தித்துள்ளன. இந்தியாவின் வளர்ச்சி விகிதம் கடுமையான சரிவை சந்தித்துள்ளது. பெட்ரோல், டீசல் விலை உயர்வு உச்சத்தை எட்டியுள்ளது. டாலருக்கு நிகரான இந்திய ரூபாயின் மதிப்பு கடுமையான வீழ்ச்சியை சந்தித்துள்ளது. வேலையில்லா திண்டாட்டம் அதிகரித்துள்ளது. விவசாயத் துறையில் ஏற்பட்டுள்ள சிக்கல் விவசாயிகளைத் தற்கொலைக்குத் தூண்டுகிறது.

சமூக வலைத்தளங்களில் சுதந்திரமாகவும், பிஜேபிக்கு எதிராகவும் கருத்து வெளியிடும் பெண்களை மிகுந்த ஆபாசமாகவும், வன்முறை யோடும், மிரட்டும் நபர்களை ட்விட்டரில் பின் தொடர்பவராக இருக்கிறார் மோடி. நாடெங்கிலும், பெண்கள் மீதான பாலியல் வன்முறை சம்பவங்கள் அதிகரித்து வருகின்றன. அவற்றில் பலவற்றில் பிஜேபியினரே நேரடியாக சம்பந்தப்பட்டுள்ளனர்.

ஆனால் இந்தச் சம்பவங்கள் குறித்து மோடி எப்போதும் கண்டனம் தெரிவித்ததில்லை.

நாட்டில் பசு பாதுகாப்பு என்ற பெயரில், மாட்டுக் கறியை உண்ணும் இஸ்லாமியர்கள் குறிவைத்துத் தாக்கப்படுகிறார்கள். 'நானும் ஊழல் செய்ய மாட்டேன், யாரையும் ஊழல் செய்யவும் விட மாட்டேன்' என்று செங்கோட்டையில் கொடியேற்றுகையில் பெருமை யாகக் கூறிய நரேந்திர மோடியின் ஆட்சியில்தான், இந்தியப் பொதுத் துறை வங்கிகளில் ஆயிரக்கணக்கில் மோசடி செய்து ஏமாற்றிய தொழிலதிபர்கள், வசதியாக எவ்விதச் சிக்கலுமின்றித் தப்பித்து வருகிறார்கள். ஒவ்வொருவராக வெளிநாட்டுக்குத் தப்பித்துச் சென்ற பிறகு, சிபிஐ மற்றும் அமலாக்கத் துறை அவர்களைத் தேடத் தொடங்குகிறது.

தான் படித்த பட்டப் படிப்பைக் கூட வெளியே வெளிப்படையாகச் சொல்லாமல் பொய் சொல்லும் ஒரு பிரதமராக மோடி இருந்து வருகிறார். கொஞ்சம்கூடக் கூசாமல் நாடாளுமன்றத்திலும், நாடாளு மன்றத்துக்கு வெளியேயும், மோடி பொய்ப் பேசி வருகிறார். நாடாளுமன்றம் நடைபெற்றுக் கொண்டிருக்கும் சூழலில்கூட, விவாதத்தில் பங்கேற்காமல், வெளிநாடுகளுக்கு சுற்றுப் பயணம் மேற்கொள்ளும் நபராக இருந்து வருகிறார்.

சீனா உள்ளிட்ட அண்டை நாடுகளோடு எவ்வித நல்லுறவையும் பேண மோடியால் முடியவில்லை. பேச்சுவார்த்தை நடத்திக் கொண்டே, இந்திய எல்லைக்கு அருகே உள்ள தோக்லாமில்

சாலைகள் கட்டுமானம் செய்யும் வேலையை சீனா செய்து வருகிறது. இலங்கை நாட்டிலும் சீனா கால் பதிக்கும் வேலைகளைத் தொடங்கிவிட்டது. பாகிஸ்தானுடனான உறவு, மிக மிக மோசமான சூழலில் உள்ளது. புதிதாகப் பதவியேற்ற பாகிஸ்தான் பிரதமர் இம்ரான் கான் விடுத்த பேச்சுவார்த்தை அழைப்பையும் நிராகரித்திருக்கிறார் மோடி.

சுதந்திர இந்தியாவின் வரலாற்றில் பத்திரிகையாளர்களைத் தானாக முன்வந்து அழைத்து சந்திக்காத பிரதமராக மோடி இருந்து வருகிறார். அவர் அளிக்கும் பேட்டிகள் அனைத்தும் ஏற்கெனவே ஒத்திகைப் பார்க்கப்பட்டு பதில் தருவது போல அமைந்துள்ளன. வெளிப்படையாக எந்தப் பத்திரிகையாளர் சந்திப்பையும் அவர் நடத்தவில்லை. தன்னை விமர்சித்து எழுப்பப்படும் எந்தக் கேள்விகளையும் அவர் ரசிப்பதில்லை. தன்னை விமர்சனத்துக்கு அப்பாற்பட்டவராகவே கருதிக் கொண்டிருக்கிறார்.

குஜராத் முதல்வராக இருந்தபோது, பிரபல பத்திரிகையாளர் கரன் தாப்பர் அவரை பேட்டியெடுத்தார். குஜராத் கலவரத்தைக் கட்டுப்படுத்தப் போதுமான நடவடிக்கையை மோடி முதல்வராக இருந்து கொண்டு எடுக்கத் தவறினார் என்பது குறித்து, தாப்பர் மீண்டும் மீண்டும் கேள்வி எழுப்பினார். அப்போது பேட்டியைப் பாதியிலேயே நிறுத்திவிட்டு, எழுந்து சென்ற நரேந்திர மோடி, இறுதி வரை கரன் தாப்பரை மன்னிக்கவேயில்லை என்பதையும், தாப்பருக்கு பேட்டியளிப்பதை பிஜேபி தலைவர்கள் பலர் தவிர்த்து வந்தனர் என்பதையும் சமீபத்தில் எழுதிய Devil's Advocate, The Untold Story என்ற தனது புத்தகத்தில் கரன் தாப்பார் கூறியுள்ளார்.

இது மட்டுமின்றி, அரசுக்கு எதிராகச் செய்தி வெளியிடும் ஊடகங்கள் கடுமையான நெருக்கடிக்கு ஆளாக்கப்படுகின்றன. இந்தியாவில் வெறுப்பு குற்றங்கள் குறித்து ஒரு டேட்டா பேஸை உருவாக்கியது இந்துஸ்தான் டைம்ஸ் நாளேடு. இதனாலேயே இந்துஸ்தான் டைம்ஸ் எடிட்டர் பாபி கோஷ் என்பவரை, ஒரே நாளில் வீட்டுக்கு அனுப்பியது இந்துஸ்தான் டைம்ஸ் நாளேடு. அவர் வீட்டுக்கு அனுப்பப்பட்ட இரு நாட்களில், இந்துஸ்தான் டைம்ஸ் நாளேட்டின் இணையதளத்தில் இருந்த வெறுப்பு குற்றங்கள் குறித்த அந்த இணைப்பு நீக்கப்பட்டது.

இந்துஸ்தான் டைம்ஸ் உரிமையாளர் ஷோபனா பார்ட்டியா மோடியைச் சந்தித்த ஓரிரு நாட்களில் பாபி கோஷ் பதவி நீக்கம் செய்யப்படுகிறார் என்பது குறிப்பிடத்தக்கது.

என்டிடிவி சேனலைத் தவிர்த்த எந்த ஊடகமும், மோடி அரசை விமர்சித்து எழுதுவதில்லை. ஊழல் புகார்கள் குறித்து செய்தி வெளியிடு வதைத் தவிர்க்கின்றன. இது குறித்து செய்திகளை வெளியிட்ட என்டிடிவி நிறுவனம் மீது, சிபிஐ வழக்கு பதிவு செய்கிறது.

தலித்துகள் மற்றும் சிறுபான்மையினருக்காகக் குரல் கொடுக்கும், பொது நல ஆர்வலர்கள் நக்சலைட்டுகள் என்று முத்திரை குத்தப்படுகின்றனர். 'அர்பன் நக்சல்' என்ற வார்த்தையை மோடியே பயன்படுத்துகிறார்.

பண மதிப்பிழப்பு என்று ஒரே இரவில் 1000 மற்றும் 500 ரூபாய் நோட்டுக்களைச் செல்லாது என்று அறிவித்தார் மோடி. முதலில் கருப்புப் பணத்தை ஒழிப்பதற்கு என்றார். '50 நாட்களுக்குள் பிரச்சினைகள் தீரவில்லை என்றால், என்னை உயிரோடு கொளுத்துங்கள்' என்றார். சில நாட்கள் கழித்து கள்ள நோட்டுகளை ஒழிப்பதற்காகவே பண மதிப்பு நீக்கம் அறிவிக்கப்பட்டது என்றார். பிறகு, தீவிரவாதிகளுக்கு வரும் நிதியைத் தடுப்பதற்காக என்றார்கள். சில நாட்கள் கழித்து, இந்தியாவின் பொருளாதாரத்தை டிஜிட்டல் மயமாக்குவதற்காக என்றார்கள். ஒரு வருடத்தில், பண மதிப்பிழப்பு செய்யப்பட்ட 500 மற்றும் 1000 நோட்டுக்களில் 98 சதவிகிதம் திரும்ப ரிசர்வ் வங்கிக்கு வந்துவிட்டது என்றும் 10,200 கோடி மட்டுமே திரும்ப வரவில்லை என்றும் ரிசர்வ் வங்கியின் அறிக்கை தெரிவித்தது.

ஆனால் இதற்குள், தாங்கள் உழைத்து வங்கியில் சேமித்திருந்த பணத்தில் குறைந்தபட்சமாக இரண்டாயிரம் ரூபாய் பணத்தை எடுப்பதற்காக மக்கள் நாடு முழுவதும் வரிசைகளில் நின்றார்கள். நூற்றுக்கும் மேற்பட்டவர்கள் நெரிசலிலும் வெயிலிலும் சிக்கி இறந்தார்கள். சிறு, நடுத்தர மற்றும் குறுந்தொழில்கள் நசிந்தன. விவசாயக் கூலிகள் ஊதியமின்றித் தவித்தனர். ஆனால் அதே நேரத்தில் சேகர் ரெட்டி போன்றோர் கோடிக்கணக்கில் புதிய நோட்டுகளோடு வலம் வந்தனர். அவர்கள்மீது சிபிஐ வழக்கு பதிவு செய்தது. ஆனால் விசாரணையின் இறுதியில், எந்த வங்கிக் கிளைக்கு எந்த ரூபாய் நோட்டுகளை ரிசர்வ் வங்கி அனுப்பியது என்ற விபரமே இல்லை என்ற செய்தி வெளியில் வந்தது.

இது போலவே புதிய நோட்டுகளை கோடிக்கணக்கில் வைத்திருந்தவர்களை எதுவும் செய்ய முடியாமல் சிபிஐ விழி பிதுங்கி நிற்கிறது. பண மதிப்பிழப்பு நடவடிக்கை ஒரு தோல்வி என்பதை மோடி இன்னும் ஏற்றுக் கொள்ள மறுக்கிறார். இந்த மாதம் நடந்த

ஒரு தேர்தல் பிரசாரக் கூட்டத்தில் கூட, கருப்புப் பணம் அடியோடு ஒழிக்கப்பட்டுள்ளது என்று மார்தட்டுகிறார்.

இந்தியாவின் ஒவ்வொரு அமைப்பையும் சிதைத்தார் மோடி. ஐஐடி, மத்தியத் திரைப்பட மற்றும் தொலைக்காட்சி பயிற்சி நிறுவனம், தேர்தல் ஆணையம், ரிசர்வ் வங்கி, உச்ச நீதிமன்றம், சிபிஐ என ஒவ்வொரு நிறுவனமாக மோடி சிதைத்து வருகிறார். வழக்கத்துக்கு மாறாக தேர்தல் ஆணையம், தேர்தல் தேதிகளை மோடியின் வசதிக்கு ஏற்ப அறிவித்தது. ஐந்து மாநிலத் தேர்தல் தேதிகளை அறிவிக்க தேர்தல் ஆணையம், 6 அக்டோபர் 2018 அன்று மதியம் 12.30க்கு பத்திரிக்கையாளர் சந்திப்பை அறிவித்திருந்தது. அஜ்மீர், ராஜஸ்தானில் மோடி அன்றைய தினம் மதியம் ஒரு மணிக்கு ஒரு பேரணியில் உரையாற்ற இருந்தார். எந்தக் காரணத்தையும் கூறாமல், தேர்தல் தேதி அறிவிப்பை அன்றைய தினம் பிற்பகல் மூன்று மணிக்கு தள்ளி வைத்தது தேர்தல் ஆணையம்.

நாட்டின் உயர்ந்த புலனாய்வு நிறுவனமான சிபிஐயில் மோதல் போக்கை வளர்த்து விட்டார் மோடி. ஊழல் கறை படிந்த, தனக்கு நெருக்கமான குஜராத் அதிகாரிகளை சிபிஐக்குள் நுழைத்து, அந்த அமைப்பில் பனிப் போரை உருவாக்கினார். சிபிஐயின் கூடுதல் இயக்குநர் மீதே ஊழல் வழக்கு பதிவு செய்யப்பட்டது. நிலைமை கைமீறிப் போனது தெரிந்ததும் நள்ளிரவில் சிபிஐ இயக்குநரையும், கூடுதல் இயக்குநரையும் விடுப்பில் போக வைத்து, ஊழல் கறை படிந்த நாகேஸ்வர ராவ் என்பவரை அதே நள்ளிரவில் இயக்குநராக நியமித்து உத்தரவிட்டார் மோடி.

ரபேல் விமான ஊழல் விவகாரத்தில் பிரசாந்த் பூஷன், அருண் ஷோரி மற்றும் யஷ்வந்த் சின்ஹா ஆகியோர் மோடி மீது வழக்கு பதிவு செய்யக் கோரி புகார் அளித்தனர். அந்தப் புகார் மனு மீது சிபிஐ இயக்குனராக இருந்த அலோக் வர்மா விசாரணையைத் தொடங்கிய பிறகு தான் நள்ளிரவில் மேற்கூறிய நடவடிக்கைகள் அடுத்தடுத்து எடுக்கப்பட்டன.

நாட்டில் தன்னிச்சையான ஒரு அமைப்பாக இன்று வரை இருந்து வரும் ரிசர்வ் வங்கியின் சுதந்திரத்தைப் பலியிடுவதற்கான அனைத்து நடவடிக்கைகளையும் மோடி அரசு எடுத்தது. ரிசர்வ் வங்கியில் இது வரை எந்தப் பதவியையும் வகிக்காத ஆடிட்டர் குருமூர்த்தி போன்றவர்களை நியமித்து, அதன் சுதந்திரத்தைப் பறிக்க அத்தனை நடவடிக்கைகளையும் மோடி அரசு எடுத்தது. தொலைக்காட்சி விவாதங்களில் வெறுப்பை உமிழும் பிஜேபி செய்தி தொடர்பாளர்

சம்பித் பாத்ராவை ஓஎன்ஜிசி நிறுவனத்தின் இயக்குநராக நியமித்தது. மத்திய அரசின் திரைப்படம் மற்றும் தொலைக்காட்சி பயிற்சி நிறுவனத்தின் இயக்குநராக கஜேந்திர சவுகானை நியமித்தது. மகாபாரதத் தொலைக்காட்சி தொடரில் ஒரு பாத்திரத்தில் நடித்ததை தவிர வேறு அனுபவம் இல்லாதவர் அவர். இதோடு கூடுதல் தகுதியாக ஆபாசப்படங்களை எடுத்து வெளியிட்டவர் என்பதையும் இணைத்துக் கொள்ளலாம். இப்படியான பட்டியல் நீளமானது.

எல்லாவற்றுக்கும் மேலாக, நீதித் துறையின் சுதந்திரமே மோடி அரசால் பறிக்கப்பட்டது. நீதிபதிகள் நியமனத்தில் எவ்வளவு முடியுமோ அவ்வளவு குளறுபடிகளை மோடி அரசு செய்தது. மனம் வெறுத்துப் போன உச்ச நீதிமன்றத்தின் மூத்த நீதிபதிகள் நான்கு பேர், வெளிப்படையாக பத்திரிகையாளர்களைச் சந்தித்தனர். அதுவரை என்ன நடந்து கொண்டிருக்கிறது என்பதான குழப்பம் நீடித்துக் கொண்டே இருந்தது. அதன் பிறகும்கூட நீதித் துறை நியமனங்களில் தங்களின் போக்கை மோடி அரசு தளர்த்தவேயில்லை.

இப்படிப்பட்ட மோடியை வெறுக்காமல் எப்படி நேசிக்க முடியும்? மோடி மீது நமக்கு தனிப்பட்ட பகையா என்ன? ஆட்சியாளர்களிடம் நல்லாட்சியைத்தானே எதிர்பார்க்கிறோம்? நல்லாட்சி தராவிட்டாலும் பரவாயில்லை. நாடெங்கும் கலவரத்துக்கான விதைகளைத் தூவி, நாட்டை கலவர பூமி ஆக்குவதை எப்படி ஏற்றுக் கொள்ள முடியும்?

இந்தியாவில் மோடி பதவியேற்ற பிறகு, ஏழை மக்கள் மேலும் ஏழைகளாகியிருக்கிறார்கள். நடுத்தர மக்கள் வறுமைக் கோட்டின் விளிம்பில் நிற்கிறார்கள். ஆனால் இந்த நான்கு ஆண்டுகளில் அம்பானிகளும் அதானிகளும் டாடாக்களும் மிட்டல்களும் மேலும் மேலும் தங்கள் செல்வத்தைப் பெருக்கிக் கொண்டுள்ளனர் என்பது முகத்தில் அறையும் உண்மையல்லவா?

ரூபாய் நோட்டுகளின் நிறத்தை மாற்றியதைத் தவிர, ஒரே ஒரு சாதனையாக எதையாவது மோடியால் பெருமையாகக் கூறிக் கொள்ள முடியுமா?

மீண்டும் மோடி பிரதமரானால் இந்தியாவின் மதச்சார்பற்ற தன்மை, கூட்டாட்சித் தத்துவம், தலித்துகளின் வாழ்வாதாரம், சிறுபான்மை யினரின் வாழ்க்கை அனைத்தும் கேள்விக்குறியாகும்.

மீண்டும் மோடிக்கு வாக்களிக்க வேண்டுமா இல்லையா என்று உங்களை யோசிக்க வைப்பது மட்டுமல்ல இந்நூலின் நோக்கம்.

தவறான நபரைத் தேர்ந்தெடுப்பதில் உள்ள ஆபத்துகளை நீங்கள் புரிந்துகொள்ள வேண்டும் என்பதும்தான்.

சமத்துவத்தை நோக்கி நடைபோட வேண்டிய ஒரு ஜனநாயகத்தை, சர்வாதிகாரப் புதைகுழிக்குள் மோடி தள்ள முயற்சித்து வருவதை அம்பலப்படுத்துவதும்தான்.

ஒரு மாபெரும் ஜனநாயக நாட்டின் தலைமைப் பொறுப்பை ஏற்பதற்காக எல்லோரையும் நம்ப வைக்க வேண்டி மோடி கொடுத்த வாக்குறுதிகள் ஏராளம். அவரின் தலைமையில் நடந்த தவறுகளை ஆதாரங்களோடு சுட்டிக்காட்டி கேள்வி கேட்கிற ஒரு சாமானியனின் குரலே இந்தப் புத்தகம்.

வழக்கம் போல, இந்நூல் உங்கள் கைகளில் தவழ்வதற்கு முக்கியக் காரணமாக இருந்த நண்பர் மருதன் மற்றும் நண்பர் பத்ரி சேஷாத்ரி ஆகியோருக்கும், என்னுடைய கையெழுத்துப் பிரதியை மிகச் சிறப்பாக எடிட் செய்தளித்த தோழர் ஜா.தீபாவுக்கும் என் உளப்பூர்வ மான நன்றிகள்.

அன்புடன்
சவுக்கு சங்கர்.

1

ஒளிரும் குஜராத் என்கிற மாயை

2014ம் ஆண்டு குஜராத்தில் இருந்து அகில இந்திய அரசியலுக்கு மோடி வருகிறார் என்ற தகவல் வெளியானபோது, பிஜேபி பக்தர்கள், மோடியின் நிர்வாகத் திறமையால் இந்தியாவே வல்லரசாகப் போகிறது, ஆகிவிட்டது என்றே கூறினார்கள். மோடி முதல்வரான பிறகு ஒரு முதலீட்டாளர் மாநாட்டினை நடத்தினார். அதில் கையெழுத் தான முதலீட்டு ஒப்பந்தங்களின் அடிப்படையில் வந்திருக்க வேண்டிய தொகை 65 ஆயிரம் கோடி. 2011ல் நடந்த முதலீட்டாளர் கள் மாநாட்டில் கையெழுத்தான புரிந்துணர்வு ஒப்பந்தங்களின் மொத்தத் தொகை 20 லட்சம் கோடி. அந்தத் தொகை அறிவிக்கப் பட்டபோது, இந்தியாவே மலைத்தது. எந்த ஒரு மூன்றாம் உலக நாட்டுக்கும் இத்தகையதொரு முதலீடு வந்ததே இல்லை. அந்த மாநாடுகளில், மொத்த முதலீட்டுத் தொகையினை மிகுந்த பெருமை யோடு அறிவித்தார்.

ஆனால் அதற்கடுத்த மாநாடுகளில், கடந்த மாநாட்டில் அறிவிக்கப் பட்ட முதலீட்டில் எத்தனை கோடிகள் வந்தன என்பது குறித்து எந்த விபரமும் வெளியிடப்படவில்லை.

2011ல் நடந்த ஒளிரும் குஜராத் மாநாட்டில் நூறு நாடுகளில் இருந்து 10 ஆயிரத்துக்கும் அதிகமானோர் குஜராத் தலைநகர் காந்திநகரில் கூடினர். மாநாட்டில் பேசிய அனைவரும் மோடியை வானளாவப் புகழ்ந்தார்கள்.

மாநாட்டில் கலந்து கொண்டவர்கள் மோடியின் தலைமையையும், அவரின் நிர்வாகத் திறமையையும், எப்படி குஜராத் தொழில் முனைவோருக்கு ஏற்ற மாநிலமாக இருக்கிறது என்பதையும் விளக்கிக் கூறினர். ஒரு புன்னகையோடு மோடி அந்தப் புகழுரை களை ஏற்றுக் கொண்டார்.

டாடா மற்றும் முகேஷ் அம்பானி உள்ளிட்ட வெவ்வேறு நிறுவனங் களின் உரிமையாளர்கள், தலைமை நிர்வாகிகள், மகிழ்ச்சியுடன் காணப்பட்டனர். ருவாண்டாவின் பிரதமரும் அந்த நிகழ்ச்சிக்கு வருகை தந்திருந்தார். இந்திய அமெரிக்க வர்த்தகக் கழகத்தின் தலைவர் வரவிருக்கிற அடுத்த மாநாட்டில் அமெரிக்காவும் முக்கிய பங்கு வகிக்க விரும்புவதாகக் கூறினார்.

ஆப்கோ வோர்ல்ட்வைட் எனும் அமெரிக்கப் பொதுத் தொடர்பு நிறுவனம் ஒளிரும் குஜராத் மாநாட்டினை உலகளாவிய முதலீட்டு நிகழ்வாக விளம்பரப்படுத்தியது. இதில் வெற்றியும் கண்டது அந்த நிறுவனம். இதனாலேயே இரண்டு பன்னாட்டு விருதுகளைத் தட்டிச் சென்றது. 2003 தொடங்கி நடைபெற்ற ஐந்து மாநாடுகளின் விளைவாக மாநிலத்தில் மொத்தமாக 920 பில்லியன் டாலர் முதலீடு செய்யப்படும் என வாக்குறுதி பெறப்பட்டிருந்தது.

வெளிநாட்டு முதலீடுகளை அதிகம் பெற்ற மாநிலமாக மகாராஷ்டிரா தான் இருந்தது. குஜராத் ஐந்தாவது இடத்தைப் பெற்றிருந்தது. 2011-12 குஜராத் மாநிலத்தின் பொருளாதார ஆய்வறிக்கையின்படி, 29,813 ஆயிரம் கோடி மட்டுமே முதலீடு வந்துள்ளது தெரியவந்தது. 2011ம் ஆண்டு ஒளிரும் குஜராத் மாநாட்டில் 83 ஆயிரம் புரிந்துணர்வு ஒப்பந்தங்கள் கையெழுத்தாகின. இவற்றில் 250 நிறுவன முதலீடுகள் மட்டுமே வந்தன. ஆனால் மோடியோ 60 சதவிகித முதலீடுகள் வந்துவிட்டன என்று துணிச்சலாக அறிவித்தார். 2003ம் ஆண்டு முதல், குஜராத்தில் வந்த முதலீடுகளை ஆராய்ந்தால், அறிவிப்பு வெளியிடுவதற்கும், வந்துள்ள முதலீடுகளுக்கும் பெரிய வேறுபாடு இருப்பது தெரியவரும்.

குஜராத்தின் படேல்கள் எப்போதுமே தொழில் முனைவதில் ஆர்வம் காட்டுபவர்கள். ஆனால் மோடியினால்தான் குஜராத்தில் தொழில் வளர்ந்தது என்று ஒரு மாயையைக் கட்டமைப்பதில், மோடி வெற்றி பெற்றுள்ளார்.

2002 குஜராத் கலவரத்தில் முக்கிய பங்கு வகித்தவர் மோடி. ஆனால், விகாஷ் புருஷ் (வளர்ச்சி நாயகன்) என்றும், நிர்வாகத்திலும், தொழில் வளர்ச்சியிலும், ஒரு மாநிலத்தை முன்னேற்றுவதில் நிபுணர் என்றும் தன்னைக் கட்டமைத்துக் கொண்டுள்ளார்.

தொடக்கத்தில், மோடி தொழில் முதலீட்டாளர்களால் வெறுக்கப் பட்டார். 2002 கலவரத்தில், ஆயிரத்துக்கும் மேற்பட்ட கார்களும் வேன்களும் தீக்கிரையாக்கப்பட்டன. தொழில்துறை வளர்ச்சி குஜராத் கலவரத்தினைத் தொடர்ந்து பாதிக்கப்பட்டது. நஷ்டம் மட்டுமே 1500 கோடிக்கும் மேல். ஹெச்.டி.எஃப்.சியின் தலைமை நிர்வாகி தீபக் பாரேக் இந்தியா மதச்சார்பற்ற நாடு என்ற புகழை இழந்துவிட்டதென்றும், குஜராத்தில் நடந்தது குறித்து தான் வெட்கப்படுவதாகவும் கூறினார்.

ஏ.எஃப்.எல் எனும் கப்பல் நிறுவனத்தின் தலைவர் சைரஸ் குஸ்தார் குஜராத்தில் நிகழ்ந்தது ஏறத்தாழ ஓர் இனப்படுகொலையே என்றார். கணினித் தொழில்நுட்பத்துறை ஜாம்பவான்கள், இன்ஃபோசிஸ் நாராயணமூர்த்தியும் விப்ரோவின் அஜீம் பிரேம்ஜியும் தங்கள் கண்டனங்களைத் தெரிவித்தனர். இப்போது நாராயண மூர்த்தி தலைகீழாக பேசுகிறார் என்பது வேறு விஷயம். 2002 ஏப்ரலில் அகில இந்தியத் தொழிற்சாலைகள் (சிஐஐ) கூட்டமைப்பின் தேசியக் கூட்டத்தில் பேசும்போது தெர்மாக்ஸ் நிறுவனத் தலைவர் அனு ஈகா குஜராத் முஸ்லீம்களின் துயரம் பற்றி ஆவேசமாகப் பேசி முடித்த போது, கரவொலி அமைதியாக நீண்ட நேரமானது.

கலவரப் பின்னணியில் மோடி பெரும் வெற்றி பெற்றிருந்தாலும், முதலீட்டாளர்களுக்கு குஜராத் மிக முக்கியமான மாநிலமாக இருந்தது. தொழிலதிபர்களின் நம்பிக்கையைப் பெறுவது மோடிக்கும் அவசியமாக இருந்தது. தன் பாணியிலேயே அவர் அதனையும் சாதித்து முடித்தார்.

அவரது வேண்டுகோளின்பேரில் தொழிற்சாலைகள் கூட்டமைப்பின் சிறப்புக்கூட்டம் ஒன்று புது டில்லியில் 2003 ஏப்ரலில் ஏற்பாடு செய்யப்பட்டது.

அன்று மோடியுடன் ஜாம்ஷிட் கோத்ரெஜ், ராகுல் பஜாஜ் ஆகியோரோடு கூட்டமைப்பின் டைரக்டர் ஜெனரல் தருண் தாசும் அமர்ந்திருந்தார். ஆனால் இன்னமும் வாழ்த்துப்பா சகாப்தம் துவங்கியிருக்கவில்லை. ஜாம்ஷிட் கோத்ரெஜ் பேசத் தொடங்கினார். அவர் ஒரு சம்பவத்தை நினைவுகூர்ந்தார். அந்தச் சம்பவம் இதுதான். முந்தைய மாதத்தில் மும்பையில் நடந்த ஒரு கூட்டத்தில் மோடி பேசிக்கொண்டிருந்தார். மோடியின் பேச்சினை இடைமறித்து தனது எதிர்க்கருத்தை ஆக்ஸ்போர்ட் பல்கலைக்கழகப் பேராசிரியர் ஒருவர் முன்வைத்தார். அந்தச் சம்பவத்தைச் சொன்ன பின்னர் கோத்ரேஜ் சொன்னது இது. ‘தேர்தலில் வென்றது சரி,

ஆனால் அனைத்து குஜராத்தியரின் பாதுகாப்பும் உறுதி செய்யப்பட வேண்டும்.'

பஜாஜ் மேலும் ஒரு படி சென்று பொருளாதார ரீதியில் 2002ஆம் ஆண்டை முழுவதுமாக குஜராத் இழந்துவிட்டது என்றார். தொடர்ந்து மேடையில் அமர்ந்திருந்த மோடியைப் பார்த்தவாறே கூறினார். 'காஷ்மீர், வடகிழக்கு, உத்திரப் பிரதேசம், பிகார் போன்ற பகுதிகளில் ஏன் முதலீடு செய்யப்படுவதில்லை தெரியுமா? உட்கட்டமைப்பு வசதியின்மை மட்டுமல்ல, அங்கெல்லாம் நிலவும் பாதுகாப்பற்ற சூழலும்தான். அப்படி ஒரு நிலை குஜராத்தில் உருவாகக்கூடாது... இதை நான் குறிப்பிடக் காரணம் கடந்த ஆண்டு அங்கு நடந்த துரதிருஷ்டவசமான சம்பவங்களே... அது மட்டு மல்ல உங்கள் தலைமையில் அம்மாநில அரசு இயங்குவதால் உங்கள் கொள்கைகள் என்ன, இலட்சியங்கள் என்ன, நீங்கள் என்ன செய்ய விரும்புகிறீர்கள் என்பதையெல்லாம் அறிய விரும்பு கிறோம்... நாங்கள் எந்தக் கட்சி ஆள்கிற அரசாங்கம் என்றாலும் அதனுடன் இணைந்து செயல்படத் தயார்... அதே நேரம் சமூகத்திற்கு எது நல்லது என்பது குறித்து எங்களுக்கும் சில கருத்துக்கள் உண்டல்லவா... எனவேதான் உங்களை நாங்கள் முழுமையாகப் புரிந்துகொள்ள விரும்புகிறோம்.' என்றார்.

எல்லாவற்றையும் பொறுமையாகக் கேட்டுக்கொண்டிருந்த மோடி, மைக்கைப் பிடித்தபோது கடும் கோபம் கொண்டார். 'நீங்களும் போலி மதச்சார்பின்மை பேசும் உங்கள் நண்பர்களும் குஜராத்துக்கு வாருங்கள். வந்தால்தான் நீங்கள் கேட்கும் கேள்விகளுக்கு விடை கிடைக்கும், உண்மை புரியும். குஜராத் மிக அமைதியான மாநிலமாகும்' என்றவர் கோத்ரெஜ்ஜையும் பஜாஜையும் பார்த்துப் பொரிந்து தள்ளினார். 'மற்றவர்களுக்கு குஜராத்தின் நற்பெயருக்குக் களங்கம் விளைவிக்கவேண்டும் என்ற வன்மம் இருந்தால் புரிந்துகொள்ள முடியும். உங்களுக்கென்ன ஆயிற்று?' என்றார்.

அதோடு நிற்கவில்லை மோடி. அவருக்கு நெருக்கமான கௌதம் அடானி, கடில்லா மருந்து நிறுவன உரிமையாளர் இந்திரவதன் மோடி, நிர்மாவின் கர்சன் படேல், பகேரி எஞ்ஜினியர்ஸ் குழுமத்தின் அனில் பகேரி உள்ளிட்டோரைத் தூண்டிவிட்டு, மறுமலர்ச்சி குஜராத் குழு என்ற அமைப்பை உருவாக்க வைத்தார். சிஐஐ எனப்படும், இந்தியத் தொழில் கூட்டமைப்பு மோடியை அவமானப்படுத்தியதன் மூலம் ஒட்டுமொத்த குஜராத்தையே அவமானப்படுத்திவிட்டதாக அந்தக் குழு குற்றம்சாட்டியது. அத்துடன் தாங்கள் சிஐஐ கூட்டமைப்பிலிருந்து விலகப் போவதாக

அறிவித்தது. மேலும் அக்கூட்டத்தில் மோடிக்குப் பரிந்து பேசாமல் மாநில நலனைப் புறக்கணித்த சிஐஐ-யின் குஜராத் பிரிவும் ஒட்டுமொத்தமாக கூட்டமைப்பிலிருந்து வெளியேற வேண்டும் என்று மறுமலர்ச்சி குஜராத் குழு வலியுறுத்தியது.

தொழிற்சாலைக் கூட்டமைப்புக்கு எக்கச்சக்க தர்மசங்கடம் உருவானது. நூற்றுக்கும் மேற்பட்ட நிறுவனங்கள் அமைப்பி லிருந்து வெளியேறும் சூழல். அதன் விளைவாய் மேற்கிந்தியாவில் கூட்டமைப்பு மிக பலவீனப்பட்டுவிடும். அது மட்டுமல்ல அன்றைய பாரதிய ஜனதா அரசு தன் பங்கிற்கு கூட்டமைப்பு நிர்வாகிகளைத் தவிர்க்கத் தொடங்கியது. தொழிற்சாலைகளின் சார்பாக எதையும் எடுத்துக்கூறமுடியவில்லை என்றால் அப்புறம் கூட்டமைப்பினால் என்னதான் பயன்?

மோடியைப் பகைத்துக் கொண்டால், குஜராத்தில் தொழில் நடத்துவது சிரமம் என்பதைப் புரிந்து கொண்ட சிஐஐ வேறு வழியின்றி வெள்ளைக் கொடி காட்டியது. தலைமை நிர்வாகி தருண் தாஸ் மோடிக்கு நெருக்கமானவராகக் கருதப்பட்ட அருண் ஜேட்லியை சந்தித்து சிஐஐ கூட்டத்தில் பேசப்பட்டவைக்கு வருத்தம் தெரிவித்தார். ஏன் அப்படிப் பேசினீர்கள், உங்கள் நோக்கமென்ன என்று இரண்டு மணிநேரம் ஜேட்லி தாஸைத் துளைத்தெடுத்துவிட்டார். இறுதியில் மோடியைத் தான் விரைவில் சந்திக்கவிருப்பதாகவும் அப்போது சிஐஐ பிரச்சினை குறித்துப் பேசுவதாகவும் வாக்களித்தார் ஜேட்லி.

குஜராத் தொழிலதிபர்கள் விலகாமலிருக்க வேண்டுமானால் சிஐஐ முறையாகப் பகிரங்கமாக மன்னிப்புக் கோர வேண்டும் என்று ஜேட்லி மூலம் சொல்லி அனுப்பினார் மோடி.

ஒப்புக்கொள்வதைத் தவிர வேறு வழியில்லை தருண் தாசுக்கு. சில நாள்களுக்குப் பிறகு பிசினஸ் டுடே இதழுக்கு பேட்டியளித்த தருண் தாஸ் குறிப்பிட்டார்:

'மன்னிப்புக் கடிதத்துடன் மோடியை சந்திக்கப் புறப்பட்டபோது என் மனைவி கடுமையாக ஆட்சேபித்தார். எப்படி நீங்கள் இதைச் செய்யலாம், அனு ஈகா, அஜீம் பிரேம்ஜி, ஜாம்ஷிட் கோட்ரெஜ் எனப் பல பார்சி, முஸ்லீம் அதிபர்கள் நமக்கு நெருக்கமான நண்பர்கள் என்றார். நான் என்ன செய்ய? பதவி விலகலாம் அவ்வளவுதான். ஆனால் நான் அதைச் செய்யப்போவதில்லை. மற்ற உறுப்பினர்களின் நலனைக் காப்பது என் கடமையல்லவா என்று பதிலளித்தேன். அதே நேரம் அதை மன்னிப்புக் கடிதம்

என்றும் வர்ணிக்கமுடியாது, ஒரு விளக்கக் கடிதமே, ஆனால் ஊடகங்கள் அதை மன்னிப்புக் கடிதம் என்றே சொல்லும் என்பது எனக்குத் தெரியும்' என்றும் அப்பேட்டியில் தருண் தாஸ் கூறினார்.

'பிப்ரவரி 6 கூட்டத்தின் விளைவாய் உங்களுக்கு நேர்ந்த மன வலி எங்களுக்குப் புரிகிறது...அதற்காக நாங்கள் மிக வருந்துகிறோம்' என்று அக்கடிதத்தில் குறிப்பிடப்பட்டிருக்கிறது.

மூன்று மாதங்கள் கழித்து உலகப் பொருளாதார அமைப்பு (டபிள்யூ.ஈ.எஃப்) அதன் கூட்டத்தை ஜூரிச்சில் நடத்தியபோது மோடி பன்னாட்டு முதலீட்டாளர்களைச் சந்திக்கவும் சிஐஐ ஏற்பாடு செய்தது.

காலம் செல்லச் செல்ல மோடி தொழிலதிபர்கள் அனைவரின் நம்பிக்கையையும் பெற்றுவிட்டார், முதலில் பஜாஜ், கோத்ரெஜ் போன்றோர் அவருக்குக் கண்டனம் தெரிவித்தபோது அவர்களில் அநேகர் பார்சிகளாக இருந்தனர். கலவரங்களின் பின்னணியில் சிறுபான்மையினரான பார்சிகளும் அவரது அரசைப் பார்த்து அஞ்சத் தொடங்கிவிட்டனரோ எனப் பலருக்கும் தோன்றியது. இதைச் சரி செய்ய வேண்டும் என்று முடிவெடுத்தார் மோடி.

ஒளிரும் குஜராத் மாநாடு ஒன்றில் பிரதமர் வாஜ்பேயியை ரத்தன் டாடாவிற்கு பரிசு ஒன்றை வழங்கச் செய்தார். அப்புறமென்ன? எல்லாம் சரியாகிவிட்டது. ஒரு வழியாக, தொழில்துறையினர், 2002 குஜராத் கலவரங்களின் நாயகனான மோடியை, தொழில் துறையின் பாதுகாவலர் என்று ஏற்றுக் கொண்டனர்.

தொழில் துறையில் முன்னேறி இருப்பதாக மோடி மார்தட்டிக் கொண்டாலும், கல்வி மற்றும் சுகாதாரத் துறையில் குஜராத் பின்தங்கியே இருந்தது.

2001 புள்ளி விபரங்களின்படி, நகர்ப்புறங்களில் ஒரு தொழிலாளியின் ஒரு நாளைய சராசரி வருமானம், ரூபாய் 106. இதுவே கேரளாவில் 218. ஊரக ஊதியத்தில் பஞ்சாப் மாநிலம் 152 ரூபாயோடு முதலிடத்தில் இருக்கிறது. குஜராத் 83 ரூபாய் சராசரி தினக் கூலி வழங்கி 12வது இடத்தில் இருக்கிறது.

சுகாதாரத்திலும் குஜராத் பின்தங்கித்தான் இருக்கிறது. 2012 புள்ளி விபரங்களின்படி, குஜராத்தின் 40 முதல் 50 சதவிகிதக் குழந்தைகள் ஊட்டச்சத்து வளர்ச்சி குறைபாட்டுடன் உள்ளனர் என்று கூறுகிறது. குழந்தைகளின் இறப்பு விகிதமும் குஜராத்தில் அதிகமாக உள்ளது.

குஜராத்தை ஒளிர வைத்த வளர்ச்சி நாயகன் என்று சொல்லிக் கொள்வதில் ஏதேனும் அடிப்படை உண்மையிருக்கிறதா மோடி?

மோடி லீலா

2014 நாடாளுமன்றத் தேர்தலுக்கு முன், மோடி பெண்கள் பாதுகாப்பு குறித்து இவ்வாறு கூறினார். 'ஊரகப் பகுதிகளில் உள்ள தாய்மார்கள் மற்றும் சகோதரிகளின் பாதுகாப்பே எங்களுக்கு பிரதானம்'. குறிப்பாக டெல்லியில் நிர்பயா பாலியல் வல்லுறவுக்கு ஆளாகி கொலை செய்யப்பட்ட சம்பவம் குறித்து விரிவாகப் பேசிய மோடி, பெண்களின் பாதுகாப்பை உறுதி செய்வேன் என்று தம்பட்டம் அடித்துக் கொண்டார்.

ஆனால், நவம்பர் 2014ல், மோடி முதல்வராக இருந்த குஜராத் மாநில காவல்துறை, ஒரு பெண்ணை அவர் அனுமதி இல்லாமல் பின் தொடர்ந்தது. இந்த விவகாரம் தொடர்பாக, ஒரு காவல்துறை அதிகாரி பதிவு செய்து வைத்திருந்த உரையாடல்களை கோப்ரா போஸ்ட் மற்றும் குலாய்ல் ஆகிய இணையத்தளங்கள் வெளியிட்டன. குஜராத் மாநிலத்தில் பிரதீப் சர்மா, குல்தீப் சர்மா என்று இரு அதிகாரிகள் பணியாற்றினர். க்ரூப் 1 அதிகாரியாக பணியில் சேர்ந்த பிரதீப் சர்மா பின்னாளில் ஐஏஎஸ் அதிகாரியாக, கட்ச் மாநில ஆட்சியராக இருந்தார். அவருடைய சகோதரர் குல்தீப் சர்மா 1976 பேட்ச் ஐபிஎஸ் அதிகாரி.

கட்ச் மாவட்டத்தில் 2001ம் ஆண்டு ஏற்பட்ட மிகப் பெரிய பூகம்பத்தையொட்டி, அந்நகரைச் சீரமைக்கும் பணியை அப்போது அந்த மாவட்ட ஆட்சியராக இருந்த பிரதீப் சர்மா மேற்கொண்டார். அப்போது, ஒரு சந்தையைச் சீரமைப்பதற்காக, கட்ச் மாவட்டத்தில் பெரிய நகைக்கடை வைத்திருந்த ப்ரான்லால் சோனி என்பவரிடம் உதவி கேட்க, கட்டுமானப் பணிகள் தொடங்குகின்றன. அதே போல ஒரு பூங்கா அமைக்கும் பணியில், ப்ரான்லால் சோனியின் மகள், மான்சி சோனி பங்கேற்கிறார். இதற்காக அவர் குடிபெயர்ந்த பெங்களூருவில் இருந்து குஜராத்துக்கு வருகிறார். 27 அக்டோபர் 2004ம் ஆண்டில் அந்தச் சந்தையை மோடி தொடங்கி வைக்கிறார். அப்போதுதான் முதன் முதலாக மான்சி சோனி மோடியைச் சந்திக்கிறார். சந்திப்பில் உடன் ப்ரான்லால் சோனியும் இருக்கிறார்.

பிரதீப் சர்மாவின் சகோதரர் குல்தீப் சர்மா ஐபிஎஸ் குஜராத் குற்றப் பிரிவு கூடுதல் டிஜிபியாக இருந்தார். அப்போது மாதவபுரா மெர்கன்டைல் கூட்டுறவு வங்கியின் இயக்குநராக இருந்தவர் அமித் ஷா. அந்த வங்கியில் 1600 கோடி ரூபாய் கடனாகப் பெற்று திருப்பித்

தராமல் ஏமாற்றிவிட்டுத் தப்பிச் சென்றுவிடுகிறார் கேத்தன் பரேக் என்பவர். அவர் வெளிநாடு தப்பிச் செல்ல, 2.5 கோடி லஞ்சம் அமித் ஷா பெற்றதைக் கண்டுபிடிக்கிறார் குல்தீப் சர்மா. அமித் ஷா மீது வழக்குப் பதிவு செய்யவும் பரிந்துரைத்து அறிக்கை அளிக்கிறார். அதன் பிறகுதான் பிரதீப் சர்மா மற்றும் குல்தீப் சர்மா சகோதரர்கள் மீது பல வருடங்களுக்கு முன்பிருந்த புகார்கள் தூசு தட்டப்பட்டு, இருவரும் கைது செய்யப்படுகின்றனர்.

குஜராத்தில் இஷ்ரத் ஜஹான் என்ற பெண் போலி என்கவுன்ட்டரில் கொல்லப்பட்ட விவகாரம் வெளியாகி பெரும் பரபரப்பை ஏற்படுத்துகிறது. அந்த வழக்கில் ஜிஎல்.சிங்கல் என்ற உதவி ஆணையர் ஒரு குற்றவாளி. ஜிஎல்.சிங்கல் 9 ஜூன் 2013 அன்று இரண்டு பென் ட்ரைவ்களை நீதிமன்றத்தில் சமர்ப்பிக்கிறார்.

முதல் பென் ட்ரைவில், சிங்கல் மற்றும் அமித் ஷா இடையே பதிவு செய்யப்பட்ட 267 ஆடியோ உரையாடல்கள் இருந்தன. அமித் ஷா அப்போது குஜராத் மாநிலத்தின் உள் துறை அமைச்சர். சிங்கல், உதவி ஆணையர்.

அந்த உரையாடல்களில் அமித் ஷா, ஓர் இளம் பெண்ணைப் பின் தொடர வேண்டும் என்றும், அந்தப் பெண்ணின் தொலைபேசி உரையாடல்களையும் பதிவு செய்ய வேண்டும் என்றும் சிங்கலிடம் கூறுவது தெரிய வந்தது. இந்தப் பின் தொடரலையும், தொலைபேசி ஒட்டுக் கேட்பையும் செய்ய, குஜராத்தின் குற்றப் பிரிவு, தீவிரவாதத் தடுப்பு பிரிவு மற்றும் உளவுப் பிரிவின் உதவியைப் பெற்றுக் கொள்ளுமாறு அமித் ஷா சிங்கலுக்கு உத்தரவிடுகிறார். அந்த இளம் பெண்ணைப் போலவே, பிரதீப் சர்மா என்ற ஐஏஎஸ் அதிகாரியையும் பின் தொடருமாறு, பாவ்நகர் எஸ்பிக்கு அமித் ஷா உத்தரவிட்ட விவகாரம் தெரிய வந்தது. அந்த இளம்பெண் தான் மான்சி சோனி. மான்சி சோனி குஜராத் காவல்துறையினரால் பின் தொடரப் பட்டிருக்கிறார். அவருடைய தொலைபேசி சட்டவிரோதமாக ஒட்டுக் கேட்கப்பட்டிருக்கிறது.

மோடிக்கும் மான்சி சோனிக்கும் உள்ள தொடர்பு குறித்து விசாரணை நடத்தவேண்டும் என்று பிரதீப் சர்மா உச்ச நீதிமன்றத்தில் வழக்குத் தொடுத்தார். அவர் தனது மனுவில், '2003ம் ஆண்டு முதல் 2006ம் ஆண்டு வரை, நான் கட்ச் மாவட்ட ஆட்சியராக இருந்தேன். அப்போது பூஜ் நகரை அழகுபடுத்தும் பல்வேறு திட்டங்கள் அரசால் எடுக்கப்பட்டன. அப்போது மான்சி சோனி என்ற பெண் ஒரு தோட்டத்தை வடிவமைப்பதற்காக நியமிக்கப்பட்டார். அவர் பெங்களூரைச் சேர்ந்தவர்.

'அதன் பிறகு, மாவட்ட ஆட்சியர் என்ற முறையில் மான்சி சோனி என்னோடு தொடர்பில் இருந்தார். அப்போது, முதல்வர் மோடியோடு நடந்த உரையாடல் குறித்தும் அவர் கூறுவார். முதல்வர் மோடி மான்சி சோனியோடு நெருக்கமாக இருந்த விவகாரம் எனக்குத் தெரியும். அவர்கள் இருவரும் உரையாடிக் கொண்டிருந்த போது, நான் அதை கேட்டிருக்கிறேன். முக்கியமான மீட்டிங்கில் இருந்தாலும், மான்சி சோனியின் அழைப்பு வந்தால், மோடி அந்த அறையை விட்டு வெளியே வந்து போனில் பேசுவார் என்பதை மான்சி என்னிடம் சொல்லியுள்ளார்' என்று மனுவில் குறிப்பிட்டிருக்கிறார்.

மான்சி சோனியைப் பின்தொடர்வதும், அவர் தொலைபேசியை ஒட்டுக் கேட்பதும் மோடிக்குத் தெரியாமல் நடந்திருக்கும் என்பதை ஏற்றுக் கொள்வதற்கில்லை. ஒரு புறம் அமித் ஷா நேரடி மேற்பார்வையில், உதவி ஆணையர் ஜிஎல்.சிங்கல் இந்த வேலையைச் செய்து கொண்டிருக்கிறார். மறுபுறம், உளவுத் துறை ஐஜி அருண் சர்மா என்பவர் மூலமாக மோடி தனியாக உளவு பார்த்துக் கொண்டிருந்தார் என்ற விபரங்களும் வெளிவந்தது. 4 ஆகஸ்ட் 2009 முதல் 8 செப்டம்பர் 2009 வரை, மான்சி சோனி என்ற அந்தப் பெண்ணும், அவர் குடும்பத்தினரும் கண்காணிப்பில் வைக்கப் பட்டனர். அமித் ஷா உத்தரவுகளையெல்லாம் உதவி ஆணையர் சிங்கலுக்கு தொலைபேசி மூலம் அளிக்கிறார். அந்த உத்தரவுகள் அனைத்தையும் ஜிஎல்.சிங்கல் தனது மொபைலில் பதிவு செய்து வைக்கிறார். இவைதான் பின்னாளில் வெளி வருகின்றன.

ஓர் உரையாடலில் அமித் ஷா இவ்வாறு சொல்லுகிறார்.

அமித் ஷா : நான் சாகேபிடம் பேசினேன். அவர் யாரோ ஒருவரோடு அந்தப் பெண் இரு முறை வெளியே சென்றதாகக் கூறுகிறார். நமது ஆட்கள் சரியாகக் கண்காணிக்கவில்லை என்று நினைக்கிறேன் என்று கூறுகிறார்.

அடுத்த உரையாடல் இவ்வாறு செல்கிறது.

அமித் ஷா : அவர்கள் இருவரும் இன்று மதிய உணவுக்காக வெளியே செல்கிறார்கள்.

சிங்கல் : சரி.

அமித் ஷா : சாகேப்புக்கு இது பற்றி போன் வந்துள்ளது.

சிங்கல் : சரி

அமித் ஷா : இதைக் கண்காணித்து தகவல் கூறுங்கள்

சிங்கல் : சரி

அமித் ஷா :அந்தப் பையன்தான் இந்தப் பெண்ணைப் பார்க்க வருகிறான்.

சிங்கல் : சரி.

அமித் ஷா : விஷயம் என்னவென்றால், சாகேப்புக்கு எல்லாத் தகவல்களும் தெரிய வந்துள்ளது.

உளவுத் துறை ஐஜி அருண் சர்மாவே உதவி ஆணையர் சிங்கலிடம் பேசுகிறார்.

அருண் சர்மா : யார் அந்தப் பையன்?

சிங்கல் : சார் அவனுக்கு ஒரு 30-32 வயது இருக்கும்.

அருண் சர்மா : அப்படியென்றால் அது அவனுடைய குரலாகத்தான் இருக்கும். ஒன்றாக உணவருந்தலாம் என்று சொன்னான்.

சிங்கல் : சரி சார். அந்த எண் தெரிந்தால் நாம் அவர்கள் இருக்கும் இடத்தைக் கண்டுபிடிக்கலாம்.

அருண் சர்மா : ஏர்டெல் பிரச்சினை இல்லையா?

சிங்கல் : பாவ் நகர் எண் சார் அது

அருண் சர்மா : சரி.

சிங்கல் : அவர்கள் இருவரும் எங்கே செல்கிறார்கள் என்ற சரியான விஷயம் நமக்குத் தெரிய வரும்.

அருண் சர்மா : நானும் விசாரிக்கிறேன். நான் சாகேப்புக்கு அனுப்பிய உரையாடல் சரியானதா என்று எனக்கு சந்தேகமாக இருக்கிறது.

இதுதான் உளவுத் துறை ஐஜி அருண் சர்மாவுக்கும், சிங்கலுக்கும் இடையே நடந்த உரையாடல். உளவுத் துறை ஐஜி அருண் சர்மா, தொடர்ந்து அந்தப் பெண்ணின் உரையாடல்களைப் பதிவு செய்து, முதல்வருக்கு அனுப்பி வந்திருக்கிறார் என்பதையே உணர்த்துகிறது.

அதன் பின் வெளியான சில உரையாடல்கள், முதல்வர் மோடிக்கு இது நேரடியாக தெரிந்தே நடந்தது என்பதை உறுதி செய்கின்றன. இந்த விவகாரம் குறித்து அமித் ஷாவோ மோடியோ வாயே திறக்கவில்லை.

ஆனால் மான்சி சோனியின் தந்தை எழுதியதாக ஒரு கடிதம் ஊடகங்களில் வெளியாகிறது. அந்தக் கடிதத்தில் மான்சி சோனியின் தந்தை ப்ரான்லால் சோனி, தன் மகளுக்கு பாதுகாப்பு வேண்டும் என்று குஜராத் முதல்வராக இருந்த மோடியிடம் கோரிக்கை விடுத்தார் என்று இருந்தது. இதற்காகவே காவல்துறை பயன் படுத்தப்பட்டது என்று கூறப்பட்டது. ஆனால் மாதக் கணக்கில், அதுவும் பெங்களூரில் தங்கியிருந்த அந்தப் பெண்ணை ஏன் தொடர்பு கொள்ள வேண்டும் என்பதற்கான விளக்கம் இல்லை.

ஐஏஎஸ் அதிகாரி பிரதீப் சர்மாதான் இதற்காக அதிகபட்ச விலையைக் கொடுத்தார். 1984ம் பேட்ச்சைச் சேர்ந்த ஐஏஎஸ் அதிகாரியான சர்மா, 2003-2007ல் கட்ச் மாவட்ட ஆட்சியராக இருந்த சமயத்தில் ஊழல் செய்துவிட்டார் என்று 2009ம் ஆண்டு கைது செய்யப்பட்டார். ஒரு வருடம் சிறையில் இருந்தார்.

அமலாக்கத் துறை அவரை மற்றொரு ஊழல் வழக்கில் கைது செய்தது. இந்த வழக்கில் அவர் 18 மாதங்கள் சிறையில் இருந்தார். இந்த வழக்கில் 10 மார்ச் 2018 அன்று உயர் நீதிமன்றம் அவருக்கு ஜாமீன் வழங்கியது. சிறையில் இருந்து வெளிவருவதற்கு முன்பாகவே, குஜராத் மாநில ஊழல் தடுப்புத் துறை, அமலாக்கத் துறை பதிவு செய்த அதே புகாரில் அவரைக் கைது செய்தனர். அந்த வழக்குக்கான எப்ஐஆர் காலை 6 மணிக்குத் தயார் செய்யப்பட்டது என்பது குறிப்பிடத்தக்கது. இன்று வரை பிரதீப் சர்மா சிறையில் தான் இருக்கிறார்.

ஒரு ஊழல் வழக்கில் அதுவும் பத்து ஆண்டுகளுக்கு முன்னால் நடந்த ஒரு ஊழல் வழக்கில் ஏற்கெனவே சிறையில் உள்ள ஒரு அதிகாரியை கைது செய்ய, காலை 6 மணிக்கே எதற்காக எப்ஐஆர் தயார் செய்யப்பட வேண்டும் என்ற கேள்விக்குத்தான் இன்று வரை விடையில்லை.

பெரிய பெரிய ஊழல்கள் மோடி அரசில் வெளியாகிக் கொண்டுதான் இருக்கின்றன. குஜராத்திலேயே பெட்ரோலிய கார்ப்பரேஷன் ஊழல் மிகப் பெரிய ஊழல். ஆனால் மற்ற வழக்குகளில் எல்லாம் நடவடிக்கை எடுக்க கவலையேபடாத மோடி, இந்த வழக்கில் மட்டும் எதற்காக இத்தனை அவசரத்தைக் காட்டுகிறார் என்ற கேள்வி எழத்தான் செய்கிறது.

ஐஏஎஸ் அதிகாரி பிரதீப் சர்மாவுக்கு மோடி போன்ற மிக மிகப் பலம் வாய்ந்த அரசியல்வாதி மீது குற்றம் சுமத்துகிறோம் என்பது தெரியும். அவர் மோடி போன்ற சக்தி வாய்ந்த ஓர் அரசியல்வாதிக்கு எதிராக

இப்படியொரு குற்றச்சாட்டைச் சொன்னால் என்ன நடக்கும் என்பதும் தெரியும். மேலும், அமித் ஷா ஒரு நபரை சாகேப் (அய்யா) என்று சொல்கிறார் என்றால், அது மோடியைத் தவிர வேறு யாருமாக இருக்காது.

ஆனால் இந்த விவகாரத்திலும் எந்தவிதமான விசாரணையும் நடைபெறவில்லை. மோடியின் தனிப்பட்ட வாழ்க்கை குறித்து நாம் ஆராய வேண்டியதில்லை. ஆனால், என்ன காரணத்துக்காக ஒரு பெண்ணைக் கண்காணிக்கவும், பின் தொடரவும், மக்கள் வரிப் பணத்தில் ஊதியம் பெறும் காவல்துறை அதிகாரிகளைப் பயன் படுத்தினார் என்பதற்கான விளக்கத்தை மோடி இது வரை வெளியிடவில்லை.

இது தொடர்பாக விசாரணை நடத்த வேண்டும் என்று உச்ச நீதிமன்றத்தில் பொதுநல வழக்குத் தொடரப்பட்டபோது, பாதிக்கப் பட்ட பெண்ணான சோனி, தன் விருப்பத்தோடு, தனது பாதுகாப்புக் காகத்தான் பின் தொடரப்பட்டேன் என்று மனுத் தாக்கல் செய்தார்.

வெறும் வாய்மொழி உத்தரவு மூலமாகவே, உச்ச நீதிமன்றத் தீர்ப்புக்கு எதிராக, உள்துறை செயலரின் உத்தரவு இல்லாமலேயே ஒரு தனி நபரின் தொலைபேசியை ஒட்டுக் கேட்க முடிகிற தென்றால், பின் தொடர முடிகிறதென்றால், கணக்கு வழக்கில்லாமல் அதிகாரம் மோடி போன்ற நபரிடம் குவிக்கப் படுகிறதென்றால், அதன் ஆபத்தைப் புரிந்து கொள்ளுங்கள். ஒரு பெண்ணைப் பின் தொடர, குற்றப் பிரிவு, உளவுத் துறை, தீவிரவாத தடுப்புப் பிரிவு ஆகிய அனைத்தையும் மோடி பயன்படுத்துகிறார் என்றால் அவர் எத்தகைய ஆபத்தானவர் என்பதைப் புரிந்து கொள்ளலாம். தனது நலனுக்காக எந்தச் சட்டத்தையும் விதியையும் காற்றில் பறக்கவிட அவர் தயங்க மாட்டார் என்பதைத் தானே இது காட்டுகிறது?

அரசியல் அமைப்பும், சமீபத்தில் வெளியான பத்து நீதிபதிகள் கொண்ட அமர்வு அளித்த தீர்ப்பும் தனி நபர் அந்தரங்க உரிமையை உறுதி செய்துள்ளது.

ஆனால் இது போன்ற எந்த உரிமைகளையும் மதிப்பவர் அல்ல மோடி.

அந்த ஆடியோ உரையாடல்களைக் கேட்டாலே, அந்தப் பெண்ணின் பாதுகாப்புக்காக அவர் பின் தொடரப்படவில்லை, மாறாக, அவர் யாரை சந்திக்கிறார் என்பதிலேயே அமித் ஷாவின் கவனம் இருந்தது என்பது தெரியும். நீதிமன்றத்தின் உத்தரவோ,

உள்துறை செயலாளரின் உத்தரவோ இல்லாமல், தொலைபேசி நிறுவனங்கள், ஹோட்டல் சிசிடிவி காட்சிகள், மாநிலக் குற்றப் பிரிவு, மாநில சிஐடி பிரிவு, தீவிரவாதத் தடுப்புப் பிரிவு ஆகிய வற்றைப் பயன்படுத்தி ஒரு பெண்ணைப் பின் தொடர முடியு மென்றால், இவர்கள் தங்கள் எதிரிகளை என்ன செய்வார்கள் என்பதை யோசித்துப் பாருங்கள்.

எட்வர்ட் ஸ்னோடன் அமெரிக்கா எப்படித் தங்கள் சொந்த மக்களை எவ்விதக் காரணமும் இன்றி கண்காணிக்கிறது என்பதை வெளியிட்டார். எப்படி அனைத்து விதமான மெயில் சர்வீஸ் களையும் அமெரிக்கா கண்காணித்தது என்பதை ஆதாரபூர்வமாக அவர் நிறுவினார். மான்சி சோனி விவகாரத்திலும் இதுதான் நடந்திருக்கிறது இல்லையா?

தனது சொந்த நலனுக்காக அரசியல் சாசனம் வழங்கியுள்ள அடிப்படை உரிமைகளைப் பறிப்பதற்குத் துளியும் தயங்காதவர்தான் மோடி.

2

குஜராத் பெட்ரோலிய கமிஷன் நிறுவன ஊழல்

26 ஜுன் 2005 அன்று ஒரு பத்திரிகையாளர் சந்திப்பை நடத்தினார் குஜராத் முதல்வர் நரேந்திர மோடி. குஜராத் மாநில பெட்ரோலிய கார்ப்பரேஷன் என்கிற அரசு நிறுவனம் சார்ந்த சந்திப்பு அது. அந்தச் சந்திப்பின் நோக்கம் இதுதான். அதாவது கிருஷ்ணா-கோதாவரி படுகையில் 20 ட்ரில்லியன் கன அடிக்கு இயற்கை எரிவாயு கண்டுபிடிக்கப்பட்டதாகவும், இதன் மதிப்பு இந்திய ரூபாயில் 2 லட்சம் கோடி என்றும் சந்திப்பில் மோடி பெருமையாக அறிவித்தார்.

கண்டுபிடிக்கப்பட்ட எரிவாயுவினால் வருடந்தோறும் இந்தியாவுக்கு 10 ஆயிரம் கோடி அந்நியச் செலாவணி கிடைக்கும். இதன் மூலம் இந்தியாவின் இயற்கை எரிவாயு தேவையில் 20 சதவிகிதத்தை பூர்த்தி செய்து கொள்ள முடியும். இதோடு 75 முதல் 80 மில்லியன் க்யூபிக் மீட்டர் இயற்கை எரிவாயு கிடைக்கும்.

குஜராத் அரசு இந்தக் கண்டுபிடிப்புக்காக இது வரை 250 கோடி செலவிட்டுள்ளது. மேலும் 1500 கோடியை செலவிட உள்ளது. இதன் காரணமாக முதலீட்டாளர்கள் வரிசையில் வந்து காத்திருக்கப் போகிறார்கள் என்றும் மோடி அறிவித்திருந்தார்.

அடுத்த மூன்று வருடங்களில் இதே போன்ற மாபெரும் அறிவிப்பு ஒன்றினை திரும்பவும் வெளியிட்டார் மோடி. கேஜி 22 என்ற மற்றொரு எண்ணெய்க் கிணற்றில் 3 ட்ரில்லியன் க்யூபிக் அடி இயற்கை எரிவாயு கிடைத்துள்ளதாகக் குறிப்பிட்டார். இந்த கேஜி 22 துரப்பனக் கிணற்றை தீனதயாள் ப்ளாக் என்றும் பெயரிட்டார்.

மோடியின் இந்த அறிவிப்புகளின் பெருமைமிகு சாயம் சில ஆண்டுகளிலேயே வெளுத்தது.

குஜராத் பெட்ரோலிய கார்ப்பரேஷன் நிறுவனமே இயற்கை எரிவாயு எடுப்பது அத்தனை எளிதல்ல என்பதை உணர்ந்தது. இந்திய ஹைட்ரோ கார்பனின் இயக்குநர், 2 ட்ரில்லியன் க்யூபிக் அடிவரை இயற்கை எரிவாயுவை எடுக்க இயலும் என்பதை மறுத்தார். மோடி பெருமையாகக் கூறிய மதிப்பீடுகளில் 90 சதவிகிதம் குறைக்கப் பட்டது. எரிவாயு எடுக்க வேண்டுமானால், அதிக வெப்பத்தில் 5000 அடி ஆழத்துக்கும் அதிகமாகத் தோண்ட வேண்டும் என்பதை ஜிஎஸ்பிசி உணர்ந்தது. வணிக ரீதியாக 2012ல் ஜிஎஸ்பி நிறுவனம் தன் தயாரிப்பைத் தொடங்கியிருக்க வேண்டும். ஆனால் அவ்வாறு அந்நிறுவனத்தால் செய்ய முடியவில்லை.

மார்ச் 2012ல் குஜராத் சட்டப்பேரவையில் சமர்ப்பிக்கப்பட்ட சிஏஜி அறிக்கை, ஜிஎஸ்பிசி நிறுவனத்தின் உண்மையான நிலையை உலகுக்கு எடுத்துரைத்தது.

அந்த சிஏஜி அறிக்கையில், தவறான முதலீடுகளாலும், பிழையான நிர்வாக முடிவுகளாலும், ஜிஎஸ்பிசி நிறுவனம் 7000 கோடி நஷ்டம் அடைந்துள்ளதாகக் குறிப்பிடப்பட்டிருந்தது. இயற்கை எரிவாயு ஆய்வுப் பணிகளுக்கான தொகை, ஏற்கெனவே மதிப்பீடு செய்ததை விட 12.81 மடங்கு அதிகமாகியுள்ளது. எவ்வளவு இயற்கை எரிவாயு எடுக்கப்படும் என்று மோடி அறிவித்திருந்தாரோ அந்த அளவை விடப் பல மடங்கு குறைவாகவே எரிவாயுவைப் பெற முடியும் என்றும் அறிக்கை தெரிவித்தது.

மார்ச் 2016 சிஏஜி மற்றுமொரு அறிக்கையினை இது தொடர்பாக வெளியிட்டது. கேஜி படுகையில் மட்டும் தேவையற்ற முறையில் 19,576 கோடி முதலீடு செய்திருப்பதாகத் தெரிவித்தது. மார்ச் 2011ல் 7126 கோடியாக இருந்த ஜிஎஸ்பிசியின் கடன், மார்ச் 2015ல் 19,716 கோடியாக உயர்ந்துள்ளது என்பதையும் சிஏஜி அறிக்கை சுட்டிக் காட்டியது.

ஜிஎஸ்பிசி மிகப் பெரிய இயற்கை எரிவாயு படுகையைக் கண்டுபிடித்திருப்பதாக மோடி அறிவித்தது 2008 ஆம் ஆண்டு. ஆனால் 2016 வரையில், ஜிஎஸ்பிசி வணிகரீதியாக எண்ணெய் துரப்பனப் பணிகளைத் தொடங்கவேயில்லை. 31 மார்ச் 2015 அன்று உள்ளபடி, ஜிஎஸ்பிசி 19,716 கோடிகளை 15 இந்தியப் பொதுத்துறை வங்கிகளில் இருந்து கடன் பெற்றிருந்தது. இந்த வங்கிகளுக்கு வட்டியாக மட்டும் 1800 கோடியை அந்நிறுவனம் செலுத்த வேண்டி யிருந்தது. பொதுத்துறை வங்கிகளில் இருந்து 9000 கோடியைக் கடனாகப் பெற்று திரும்பச் செலுத்தாமல் தப்பித்துச் சென்ற விஜய் மல்லையா குற்றவாளி என்றால், ஏறத்தாழ 20 ஆயிரம் கோடிகளைத் திரும்பச் செலுத்தாமல் இருக்கும் ஜிஎஸ்பிசி நிறுவனத்தின் வாராக்கடனுக்கு யார் பொறுப்பு?

நவம்பர் 2016ல், காங்கிரஸ் தலைவர்களில் ஒருவரான ஜெய்ராம் ரமேஷ் சொன்ன கருத்துகளில் இரண்டு முக்கியமானவை. ஒன்று, 2006 முதல் 2013 வரை குஜராத் மாநில பெட்ரோலியம் கார்ப்பரேஷனின் தணிக்கைக் குழுவின் இயக்குநராக இருந்தவர் தான் உர்ஜித் பட்டேல். இவர் பணி செய்த காலகட்டத்தில்தான் ஜிஎஸ்பிசியின் கடன் வெறும் 270 கோடியில் இருந்து 14,000 கோடியாக உயர்ந்தது. 2016 செப்டெம்பரில் ரிசர்வ் வங்கியின் புதிய ஆளுநராக இதே உர்ஜித் படேல் தான் நியமிக்கப்பட்டார்.

இரண்டாவது கருத்து, எந்த நிறுவனமும், தனது திட்டத்தை விரிவாக்கம் செய்கையில், புதிய ஊழியர்களைத் தேர்ந்தெடுக்கும். ஆனால், கூடுதலாகக் கடன் வாங்கிய இந்தக் காலகட்டத்தில், ஜிஎஸ்பியில் புதிதாய் ஊழியர்களைப் பணியில் நியமித்ததற்கான சம்பளச் செலவுகள் அதிகரிக்கவே இல்லை. ஆனால் 2006ம் ஆண்டில் 'இதர செலவுகள்' என 16 கோடி குறிப்பிடப்பட்டிருந்தது. இதே 'இதர செலவுகள்' 2013ம் ஆண்டில் 500 கோடியாகக் கூடியிருந்தது. அப்படி என்ன 'இதர செலவுகள்' செய்தார்கள்? எனக் கேட்டிருந்தார் ஜெயராம் ரமேஷ்,

ஜிஎஸ்பிசி வெளிநாடுகளில் எண்ணெய் துரப்பனப் பணிகளை மேற்கொள்ள எகிப்து, ஆஸ்திரேலியா, இந்தோனேசியா மற்றும் ஏமன் நாடுகளில் பதினோரு கிணறுகளை 2006 முதல் 2010 வரை வாங்கியது. இந்த பதினோரு கிணறுகளில் பத்து கிணறுகளை 2015ஆம் ஆண்டு திரும்ப அளித்தது. இதனால் ஜிஎஸ்பிசி சந்தித்த இழப்பு 2000 கோடி ரூபாய். வெளிநாடுகளில், இயற்கை எரிவாயு மற்றும் எண்ணெய் எடுப்பதில் நிபுணத்துவம் பெற்ற ஓஎன்ஜிசி நிறுவனமே இத்தகைய பணிகளில் ஈடுபடாமல் இருக்கையில், ஒரு

மாநில அரசின் நிறுவனம் இத்தகைய ஆர்வக் கோளாறான செயல்களில் இறங்கியதற்கு யார் காரணம் என்பதற்கு விசாரணை நடத்தப்பட வேண்டாமா? இப்படி அதிகப்படியாக ஒரு மாநில அரசு நிறுவனம் கடன் வாங்குவதை தணிக்கைக் குழு இயக்குநராக இருந்த உர்ஜித் படேல் தடுத்திருக்க வேண்டாமா? அப்படி அதைத் தடுக்காமல் இருந்ததற்கு உரிய பரிசாகத்தான் அவர் ரிசர்வ் வங்கி இயக்குநராக்கப்பட்டார் என்ற குற்றச் சாட்டில் நியாயம் இருக்கிறதா இல்லையா?

சிஏஜி அறிக்கை மற்றொரு முக்கியமான விஷயத்தையும் சுட்டிக் காட்டியிருந்தது. அரசு நிறுவனமான ஜிஎஸ்பிசி, குஜராத் நேச்சுரல் ரிசோர்சஸ் கார்ப்பரேஷன் என்ற தனியார் நிறுவனத்தோடு இணைந்து முதலீடு செய்ததுதான் அது. குஜராத் நேச்சுரல் ரிசோர்சஸ் கார்ப்பரேஷன் என்பது அரசு நிறுவனம் என்று பெயரை வைத்து முடிவு செய்துவிடாதீர்கள். அது ஒரு தனியார் நிறுவனம். அந்த நிறுவனத்தில், மோடியின் நெருக்கமான நண்பர், 2002ம் ஆண்டு முதல் 2016 வரை, குஜராத்தின் பெட்ரோலியத் துறை உள்ளிட்ட பல்வேறு துறைகளின் அமைச்சராக இருந்த சவுரப் பட்டேல் தன் பெயரிலும் தன் குடும்பத்தினர் பெயரிலும் முதலீடு செய்திருந்தார் என்பதுதான் இந்த விவகாரத்தில் சந்தேகத்தை எழுப்பியது.

ஜிஎஸ்பிசி தனது பங்குதாரர்களாக இணைத்துக்கொண்ட பல்வேறு நிறுவனங்களும் சந்தேகத்திற்கிடமானவையே. ஜியோ க்ளோபல் ரிசோர்சஸ் என்பது தென்ஆப்பிரிக்காவில் உள்ள பார்படாஸைச் சேர்ந்த நிறுவனம். இரண்டே இரண்டு நபர்களால் இந்த நிறுவனம் நடத்தப்படுகிறது. ஜிஎஸ்பிசி நிறுவனத்தோடு, இந்நிறுவனம் புரிந்துணர்வு ஒப்பந்தத்தில் கையெழுத்திடுவதற்கு ஆறு நாட்களுக்கு முன்னர்தான் இந்நிறுவனமே தொடங்கப்பட்டிருக்கிறது.

இதே போல, ரபேல் விமான ஊழலில் சம்பந்தப்பட்டுள்ள அனில் அம்பானியின் ரிலையன்ஸ் விமானத் தயாரிப்பு நிறுவனமும், ஒப்பந்தம் பெறுவதற்கு ஒரு சில மாதங்களுக்கு முன்னர்தான் தொடங்கப்பட்டது என்பது குறிப்பிடத்தக்கது. ஜியோ க்ளோபல் ரிசோர்சஸ் நிறுவனம்தான் ஜிஎஸ்பிசியின் தொழில்நுட்பப் பங்குதாரர் (டெக்னிகல் பார்ட்னர்). இந்நிறுவனத்தைத் தவிர்த்து, மற்றொரு சந்தேகத்திற்கிடமான ஜுபிலன்ட் குழுமம் என்ற நிறுவனத்தோடும், ஜிஎஸ்பிசி புரிந்துணர்வு ஒப்பந்தத்தில் கையெழுத்திடுகிறது. ஜியோ க்ளோபல், ஜுபிலன்ட் குழுமம் மற்றும் ஜிஎஸ்பிசி நிறுவனம் ஆகியவை கேஜி படுகையில் இயற்கை எரிவாயு துரப்பனப் பணிகளை மேற்கொள்ள பங்குதாரர்களாக

இணைகின்றன. பின்னாளில், ஜியோ க்ளோபல் தனது பாதி பங்கினை, மொரீஷியஸ் நாட்டைச் சேர்ந்த ராய் என்ற நிறுவனத்துக்கு விற்றுவிடுகிறது. எவ்வித முதலீட்டையும் செய்யாமலேயே ஜியோ க்ளோபல் நிறுவனம் தனது ஐம்பது சதவிகிதப் பங்குகளை மற்றொரு நிறுவனத்துக்கு விற்பனை செய்து லாபம் பார்த்தது என்பது குறிப்பிடத்தக்கது.

குஜராத் பெட்ரோலிய கார்ப்பரேஷன் நிறுவனம் பெரிய இயற்கை எரிவாயு படுகையைக் கண்டுபிடித்துள்ளது என்று மோடி படாடோப மாக அறிவித்த பின்னர் தொடங்கப்பட்ட நிறுவனம்தான் டஃப் ட்ரில்லிங் என்ற நிறுவனம். கேஜி படுகையில் இயற்கை எரிவாயு துரப்பனம் செய்வதற்கான கருவிகளை வாங்க இந்நிறுவனத்துக்கு 2006 ம் ஆண்டு, ஜிஎஸ்பிசி ஆணை வழங்கியது. ஆனால் இந்த நிறுவனமோ 13 நவம்பர் 2016ல் தான் தொடங்கப்படுகிறது. அது வரை, இந்நிறுவனத்துக்கு எண்ணெய் துரப்பனப் பணிகளில் எவ்விதமான முன் அனுபவமும் இல்லை என்பது குறிப்பிடத்தக்கது. அதன் உரிமையாளர்கள் அது வரை, துணி வியாபாரம் செய்து வந்தார்கள். 2016ம் ஆண்டில் டஃப் ட்ரில்லிங் நிறுவனத்தின் இயக்குநர்கள் பொதுத் துறை வங்கிகளுக்கு 200 கோடிக்கு மேல் கடன் நிலுவை வைத்திருந்த விபரமும் வெளியானது.

மிகச் சிக்கலான, துரப்பனப் பணிகளுக்கு எத்தகைய முன் அனுபவமும் இல்லாத டஃப் ட்ரில்லிங் நிறுவனம் எப்படித் தேர்ந்தெடுக்கப்பட்டது என்றும் சிஏஜி அறிக்கையில் கேள்வி எழுப்பியுள்ளது குறிப்பிடத்தக்கது.

பதினோரு ஆண்டுகளில் 20 ஆயிரம் கோடி மக்கள் வரிப் பணத்தைச் செலவழித்த ஜிஎஸ்பிசி நிறுவனம் இது வரை, நாட்டுக்காக எத்தகைய பயனைத் தந்துள்ளது என்ற கேள்விக்கு விடையே இல்லை. இரண்டாயிரம் கோடி ரூபாய்களைச் செலவிட்டு, எவ்வித முன் அனுபவமும் இல்லாமல், வெளிநாடுகளில் எதற்காக எண்ணெய் துரப்பனப் பணிகளை இந்நிறுவனம் மேற்கொண்டது என்ற கேள்விக்கும் விடையில்லை.

சிஏஜி அறிக்கை மிக மிகத் தெளிவாக, ஜிஎஸ்பிசி நிறுவனம் மற்றும் அதன் நிர்வாகத்தின் தவறான முடிவுகளின் காரணமாகவே 20 ஆயிரம் கோடி ரூபாய் இழப்பு ஏற்பட்டுள்ளது என்று குறிப்பிட்டுள்ளது.

இதே சிஏஜி அறிக்கையின் அடிப்படையில்தானே 2ஜி ஊழல் வழக்கே பதிவு செய்யப்பட்டது. இந்த 2ஜி ஊழல் விவகாரத்தை

முன்னிறுத்தி தான் பிஜேபி 2014 தேர்தல் பிரசாரத்தை மேற்கொண்டது என்பதை நாம் கவனத்தில் கொள்ள வேண்டும்.

வறட்டுப் பிடிவாதத்தின் காரணமாக தோல்வி என்பதையே ஒப்புக் கொள்ள மறுக்கும் நரேந்திர மோடி, ஜிஎஸ்பிசி என்பது ஒரு தோல்வியடைந்த நிறுவனம் என்பதை ஒப்புக் கொள்ள மறுத்தார். 2017ம் ஆண்டு, ஓஎன்ஜிசி நிறுவனம், ஜிஎஸ்பிசி நிறுவனத்துக்குச் சொந்தமான ஒரு இயற்கை எரிவாயு கிணற்றினை எட்டாயிரம் கோடி ரூபாய் கொடுத்து வாங்க வைத்தார் மோடி.

இது மட்டுமல்ல. மத்திய ரிசர்வ் வங்கி, 2 பிப்ரவரி 2018ல் ஒரு சுற்றறிக்கையை வெளியிட்டது. எந்தெந்த நிறுவனங்களெல்லாம் 2000 கோடிக்கு மேல் பொதுத் துறை வங்கிகளுக்கு கடன் பாக்கி வைத்திருக்கிறதோ அவை திவாலான நிறுவனங்கள் என அறிவிக்கப்படும் என்று அந்தச் சுற்றறிக்கை கூறியது.

ஆனால், இந்தச் சுற்றறிக்கை ரத்து செய்யப்பட வேண்டும் என்று மத்திய அரசு, அலகாபாத் உயர் நீதிமன்றத்தில் மனு ஒன்றைத் தாக்கல் செய்தது குறிப்பிடத்தக்கது.

ஜிஎஸ்பிசி ஊழல் ரபேல் ஊழலுக்கு நிகரான ஊழல் என்று காங்கிரஸ் கட்சி வர்ணிப்பது மிகையானதல்ல.

3

2002 குஜராத் கலவரம்

2001 ஆம் ஆண்டின் இறுதி. குஜராத் மாநிலத்தில் நடந்த இடைத் தேர்தல்களில், பிஜேபி தோல்விகளைச் சந்தித்திருந்தது. குஜராத் முதல்வராக இருந்த கேஷுபாய் படேல் தொடர்ந்து ஊழல் குற்றச்சாட்டுகளுக்கு ஆளாகி இருந்தார். நிர்வாகமும் படு மோசம். 2001ம் ஆண்டு நடந்த பூஜ் பூகம்ப நிவாரணப் பணிகளைச் சரிவர நிர்வாகம் கையாளவில்லை என்ற குற்றச்சாட்டும் இருந்தது. இதனால் முதல்வரை மாற்றவேண்டும் என்று முடிவெடுக்கப் பட்டது. துணை முதல்வராக இருக்குமாறு மோடியிடம் கோரிக்கை விடுக்கப்பட்டது. ஆனால் முழுமையாக முதல்வர் பதவியைத் தன்னிடம் ஒப்படைத்தால்தான் தன்னால் பணியாற்ற முடியும் என்று மோடி கூறியதை, அப்போதைய பிரதமர் வாஜ்பாய் மற்றும் துணை பிரதமர் அத்வானி ஏற்றுக் கொண்டனர். 7 அக்டோபர் 2001 அன்று குஜராத் முதல்வராகப் பதவியேற்றுக் கொண்டார் மோடி. 24 பிப்ரவரி 2002ல் ராஜ்கோட் தொகுதியில், காங்கிரஸ் கட்சியின் அஷ்வின் மேத்தாவைத் தோற்கடித்து, 14,728 வாக்குகள் வித்தியாசத்தில் மோடி வெற்றி பெற்றார்.

24 பிப்ரவரி 2002ல் மோடி தேர்தலில் வெற்றி நாளிலிருந்து மூன்றே நாட்களில் இந்தியாவின் தலையெழுத்தையே மாற்றியமைத்த சம்பவம் ஒன்று நடைபெற்றது. 27 பிப்ரவரி 2002 அன்று, அயோத்தியாவில் பாபர் மசூதி இடிக்கப்பட்ட இடத்தில் கரசேவை

பூஜையை முடித்துக்கொண்டு சபர்மதி எக்ஸ்பிரஸ் ரயிலில் பக்தர்கள் திரும்பிக் கொண்டிருந்தனர். ரயில் கோத்ரா நிலையத்தில் நின்றது. அந்த ரயில் கிளம்புகையில் திடீரென்று இரண்டு பெட்டிகளில் தீப்பற்றிக் கொண்டது. ரயில் நிலைய நடைபாதையில் கடை வைத்திருந்த இஸ்லாமியர்களுடன் மோதல் மூண்டு, அவர்கள்தான் ரயில் பெட்டிக்குள் மண்ணெண்ணை ஊற்றி தீ வைத்ததாகக் கூறப்பட்டது.

60 பேர் இறந்தனர். உடனடியாக விஷ்வ இந்து பரிஷத் மாநிலம் தழுவிய வேலை நிறுத்தத்துக்கு அழைப்பு விடுத்தது. மாநில பிஜேபி தலைவர் ரானா ராஜேந்தர் சிங் இந்த வேலை நிறுத்தத்தை ஆதரித்து அறிக்கை வெளியிட்டார்.

அப்போதைய குஜராத் முதல்வர் நரேந்திர மோடி, எந்த விசாரணையும் நடைபெறுவதற்கு முன்பாகவே, இது மத ரீதியான சம்பவம் அல்ல, தீவிரவாதச் செயல் என்றார். மோடியின் இந்த அறிவிப்பு பலத்த பதற்றத்தை உருவாக்கியது. பாகிஸ்தான்தான் ரயில் எரிப்புக்குக் காரணம் என்று உள்ளூர் பத்திரிகைகள் எழுதின. குஜராத் பிஜேபி தலைவர்கள், பாகிஸ்தான் சதி என்று தகவல்களைப் பரப்பினர். குஜராத்தி செய்தித்தாள்களில் இந்துப் பெண்களை இஸ்லாமியர்கள் கடத்தி பாலியல் வன்முறைக்கு உள்ளாக்கு கிறார்கள் என்று செய்தி பதியப்பட்டது.

கோத்ரா ரயில் எரிக்கப்பட்ட மறுநாள், 28 பிப்ரவரி 2002 முதல், இஸ்லாமியர்கள் மீதான தாக்குதல் தொடங்கியது. வாக்காளர் பட்டியல் மற்றும் அரசு ஆவணங்களில் இருந்து, இஸ்லாமியர்கள் அடையாளம் காணப்பட்டு, வாகனங்களில் காவி உடை அணிந்து இஸ்லாமிய பகுதிகளில் நுழைந்து, தாக்குதலைத் தொடங்கினார் கள். இஸ்லாமியர்களின் கடைகள், உணவகங்கள் போன்றவை மட்டும் தீ வைத்து எரிக்கப்படும் அளவுக்கு கலகம் திட்டமிடப் பட்டிருந்தது. ஆனால் அதன் அருகிலேயே இருந்த இந்துக்களுக்குச் சொந்தமான கடைகள் தாக்கப்படவில்லை.

பாதிப்புக்குள்ளான இஸ்லாமியர்கள் காவல் கட்டுப்பாட்டு அறைக்கு விடுத்த அழைப்புகளை யாரும் ஏற்கவில்லை. ஒவ்வொரு மாவட்டத்திலும் கலவரம் பரவியது. 28 அன்று மாலை, 27 நகரங்களில் ஊரடங்கு உத்தரவு பிறப்பிக்கப்பட்டது.

ராணுவம் வரவழைக்கப்பட்டது. ஆனால் 1 மார்ச் 2002 வரை, ராணுவத்தை மாநில அரசு பணியாற்ற அனுமதிக்கவில்லை. அந்தச் சமயத்தில் ராணுவத்தை வழிநடத்தியவர் ஜமீர் உத்தின் ஷா. இவர் ராணுவத் துணை ஜெனரலாக பணியாற்றி தற்போது ஓய்வு பெற்றிருக்கிறார். ஜமீர் உத்தின் ஷா சமீபத்தில் எழுதியுள்ள The Sarkari Mussalman: Life and Travails of a Soldier Educationist நூலில் இவ்வாறு குறிப்பிடுகிறார், '28 பிப்ரவரி அன்று நள்ளிரவு குஜராத்தில் கலவரம் உச்சத்தில் இருந்தது. ராணுவ அமைச்சர் ஜார்ஜ் பெர்ணான்டஸோடு சேர்ந்து குஜராத் முதல்வர் மோடியைச் சந்தித்தோம். ராணுவம் பணியாற்ற என்னென்ன தேவை என்ற பட்டியலை அளித்தேன். ஆனால், நாங்கள் நள்ளிரவில் அகமதாபாத்தை அடைந்தபோது, எந்த வாகனமும் இல்லை. விசாரித்தால், மாநில நிர்வாகம் இன்னும் தேவையான ஏற்பாடுகளைச் செய்து கொண்டிருக்கிறது என்று கூறினார்கள்.

'விரைவாக வாகனங்களை எங்களுக்கு அளித்திருந்தால், பலரை காப்பாற்றி நிலைமையைக் கட்டுக்குள் கொண்டு வந்திருக்க முடியும். காவல்துறையால் 6 நாட்களாகச் செய்ய முடியாததை நாங்கள் 48 மணி நேரத்தில் செய்து முடித்தோம். 4 மார்ச் அன்று நிலைமையைக் கட்டுக்குள் கொண்டு வந்தோம். உரிய நேரத்தில் எங்களுக்கு வாகனங்கள் வழங்கப்பட்டிருந்தால், மார்ச் 2 அன்றே கலவரத்தைக் கட்டுப்படுத்தியிருப்போம்.

'அரசு நாடாளுமன்றத்தில், 790 இஸ்லாமியர்களும், 254 இந்துக்களும் கொல்லப்பட்டனர். 223 பேர் காணாமல் போயினர். 2500 பேர் காயமடைந்தனர் என்று தெரிவித்தது. ஆனால், உண்மையில் இந்த எண்ணிக்கை அதிகமாக இருந்திருக்கும்.

'ஆளுங்கட்சியைச் சேர்ந்த பல இந்து எம்எல்ஏக்களைக் காவல் நிலையத்தில் பார்த்தேன். அவர்கள் அங்கே இருக்க வேண்டியதில்லை. ஊரடங்கு உத்தரவைச் செயல்படுத்துங்கள் என்று நாங்கள் காவல்துறையிடம் வலியுறுத்தும்போதெல்லாம், அவர்கள் சிறுபான்மையினர் வசித்த பகுதியில் ஊரடங்கு உத்தரவை அமல் படுத்தத் தவறினர். இதனால், சிறுபான்மை சமூகத்தினரை எப்போதும் வன்முறை கும்பல் சூழ்ந்து தாக்கிக் கொண்டிருந்தது' என்று அந்நூலில் அவர் குறிப்பிட்டுள்ளார்.

கலவரத்தின் முடிவில், 230 மசூதிகளும் 274 தர்காக்களும் சூறையாடப் பட்டிருந்தன.

இந்தக் கலவரத்தின்போது, வழக்கமான வன்முறையினைப் போல, இஸ்லாமியப் பெண்கள் குறிவைத்துத் தாக்கப்பட்டனர். 250 பெண்களும், சிறுமிகளும் பாலியல் வல்லுறவுக்கு உள்ளாக்கப் பட்டனர். பெற்றோர் முன்னிலையிலேயே பல குழந்தைகள் கொல்லப்பட்டனர்.

நரோடா பாட்டியா என்ற இடத்தில் 28 பிப்ரவரி 2002 அன்று, ஒரே இடத்தில் ஐயாயிரம் பேர் அடங்கிய பஜ்ரங் தள் அமைப்பின் கூட்டத்தால் 97 இஸ்லாமியர்கள் கொல்லப்பட்டனர். அதில் பலர் உயிரோடு எரிக்கப்பட்டிருந்தனர். கொல்லப்பட்டவர்களின் உடல்கள், அங்கே இருந்த ஒரு கிணற்றுக்குள் தள்ளப்பட்டன. அதில் கிடந்த சடலங்கள் 36 பெண்கள், 35 குழந்தைகள், 26 ஆண்கள்.

குல்பர்கா சொசைட்டி என்ற இடத்தில் ஒரு இஸ்லாமியக் குடியிருப்பு இருக்கிறது. காவிக் கும்பல் அந்த இடத்தைத் தாக்க வருவதை அறிந்த அப்பகுதி இஸ்லாமியர்கள் காங்கிரஸ் கட்சியின் முன்னாள் எம்பியான எஹ்ஸான் ஜாப்ரி என்பவர் வீட்டில் தஞ்சம் அடைகின்றனர். அவருடைய வீட்டினைச் சுற்றி தாக்குதல்காரர்கள் சூழ்ந்திருக்கிறார்கள். உதவிக்குக் காவல் கட்டுப்பாட்டு அறை, காவல்துறை உயர் அதிகாரிகள் என்று பலரையும் எஹ்ஸான் அழைக்கிறார். ஆனால் ஆறு மணி நேரம் கடந்தும் யாரும் வரவில்லை. எஹ்சான் பலருக்கும் உதவி வேண்டி ஃபாக்ஸ் அனுப்பியிருக்கிறார். மோடிக்கும் பேசியிருக்கிறார். அதன் பின்பே அவர் நம்பிக்கை இழந்ததாக அந்த நேரத்தில் அவருடன் இருந்து தாக்குதலில் இருந்து தப்பித்தவர்கள் தெரிவித்திருந்தார்கள்.

எஹ்ஸான் தான் மட்டும் வீட்டுக்கதவைத் திறந்து வெளியே வந்து என்னை என்ன வேண்டுமானாலும் செய்து கொள்ளுங்கள். அடைக் கலமாக வந்தவர்களை ஒன்றும் செய்யாதீர்கள் என்று சொல்லி யிருக்கிறார். அவரை அழைத்துப்போய் அடித்தே கொன்று இருக்கிறார்கள். அடையாளம் காட்ட அவர் சடலம் கூட இல்லை. சாலையில் கிடந்த அவரது எலும்புகளைச் சேர்த்து வைத்து இறுதி காரியம் நடத்தியிருக்கிறார்கள்.

தாக்குதலில் இறந்தவர்கள் எஹ்ஸான் ஜாப்ரி உட்பட 59 பேர். ஆனால் 38 பேர் என்றே பதிவு செய்யப்பட்டிருக்கிறது. மீதமுள்ளவர் களின் சடலங்கள் தடயம் தெரியாமல் அழிக்கப்பட்டிருக்கின்றன.

இது போல தனித்தனியாக பல்வேறு மாவட்டங்களில் பல இஸ்லாமியர்கள் கொல்லப்பட்டனர்.

இந்தியாவில் பல மதக் கலவரங்கள் நடந்துள்ளன என்றாலும், இது போன்றதொரு அரசு துணையோடு திட்டமிடப்பட்ட கலவரம் நடந்தது இல்லை.

இது ஒரு சம்பவத்துக்கான எதிர்வினை என்று மோடியும் பிஜேபி தலைவர்களும் கூறினர். இந்தக் கலவரம் முழுக்கவே திட்டமிட்டு நடத்தப்பட்டது என்பதற்கான சான்றுகள் அடுத்தடுத்த மாதங்களில் வந்தன.

கலவரம் நடந்த அந்த மாதத்திலேயே, கலவரத்தைக் கட்டுப்படுத்த நேர்மையாக நடவடிக்கை எடுத்த அதிகாரிகள் மாற்றப்பட்டனர். மார்ச் மூன்றாவது வாரத்தில் 27 ஐபிஎஸ் அதிகாரிகள் மாற்றப் பட்டனர்.

பாவ் நகரில் கலவரத்தில் ஈடுபட்ட 21 விஎச்பி மற்றும் பாஜகவை சேர்ந்தவர்களை ராகுல் சர்மா என்கிற ஐபிஎஸ் அதிகாரி கைது செய்தார். குஜராத் உள்துறை அமைச்சர் கோர்தான் ஜடாபியா, ராகுல் சர்மாவை அழைத்து, பலவீனமான பிரிவுகளில் வழக்குத் தொடருமாறு கூறுகிறார். அவர் எடுத்த துரித நடவடிக்கையால் நானூறு இஸ்லாமியக் குழந்தைகள் காப்பாற்றப்பட்டன. அவர் நடத்திய துப்பாக்கிச் சூட்டில் கலவரத்தில் ஈடுபட்ட 4 இந்துக்கள் கொல்லப்பட்டனர். 24 மணி நேரத்தில் அவர் காவல் கட்டுப்பாட்டு அறைக்கு மாற்றப்பட்டார்.

கட்ச் மாநிலத்தின் எஸ்பியாக இருந்த விவேக் ஸ்ரீவத்சவா கட்ச் பகுதியில் கலவரம் பரவாமல் பார்த்துக் கொண்டார். கலவரத்தில் ஈடுபட முயன்ற பிஜேபி மற்றும் விஎச்பி உறுப்பினர்களைக் கைது செய்தார். விஎச்பி உறுப்பினர்கள் மீதான வழக்கை ரத்து செய்யுமாறு அவர் அறிவுறுத்தப்பட்டார். ஆனால் அவர் அந்த உத்தரவுக்குக் கீழ்ப்படிய மறுத்தார். கட்ச் எஸ்பியாக இருந்த அவர் மதுவிலக்கு அமல் பிரிவுக்கு மாற்றப்பட்டார்.

காங்கிரஸ் முன்னாள் எம்பி எஹ்ஸான் ஜாப்ரி உள்ளிட்ட 59 பேர் கொல்லப்பட்ட வழக்கில், பிஜேபியின் எம்எல்ஏவாக இருந்த மாயா கோட்னானி மற்றும் விஎச்பி பொதுச் செயலாளர் ஜெய்தீப் பட்டேல் மீது எப்ஐஆர் பதிவு செய்தவர் கோந்தியா என்ற அதிகாரி. 24 மணி நேரத்தில் அவர் மாற்றப்பட்டு, சிவில்

டிஃபென்ஸ் பிரிவுக்கு தூக்கி எறியப்பட்டார். இவர் அன்று அந்த எப்ஐஆரை பதிவு செய்ததால்தான் மாயா கோட்னானி பின்னாளில் ஆயுள் தண்டனை பெற்றார்.

மெஹ்சானா என்ற இடத்தில் டிஎஸ்பியாக ஏகே.சர்மா என்பவர் இருந்தார். மோடி ராஜ்கோட் தொகுதியில் இடைத்தேர்தலில் போட்டியிட்டபோது அங்கு அவர் மாற்றப்பட்டார். மெஹ்சானா என்ற இடத்தில் ஒரே வீட்டில் 29 இஸ்லாமியர்கள் எரித்துக் கொல்லப்பட்டனர். பின்னாளில் பிஜேபி மற்றும் விஎச்பியினர் மீது 68 வழக்குகள் மெஹ்சானாவில் பதியப்பட்டன. இந்த வழக்குகளை நீர்த்துப் போகச் செய்வதற்காக ஏகே.சர்மா மீண்டும் மெஹ்சானா வில் பணியமர்த்தப்பட்டார். இட்ட பணியைச் செய்யத் தொடங்கினார். வழக்குகளையெல்லாம் வலுவிழக்கச் செய்வதற் கான எல்லா வேலைகளையும் செய்தார்.

அரசு வழக்கறிஞர்களை வைத்து, அரசுத் தரப்பு சாட்சிகளை பிறழ் சாட்சிகளாக மாற்றுவது, சாட்சிகளை மிரட்டுவது, நீதிபதிகள் உதவியோடு குற்றவாளிகளை விடுவிப்பது என்று அனைத்து வேலைகளிலும் மோடியும் பிஜேபி தலைவர்களும் ஈடுபட்டதை தெஹல்கா ஊடகம் பல மாதங்கள் நடத்திய ஒரு ஸ்டிங் ஆபரேஷன் மூலம் அம்பலப்படுத்தியது.

2004ம் ஆண்டு, உச்சநீதிமன்றத்தில் தொடரப்பட்ட ஒரு பொதுநல வழக்கில், இரண்டாயிரம் வழக்குகளை மீண்டும் விசாரிக்க உச்ச நீதிமன்றம் உத்தரவிட்டதோடு, ஒரு சிறப்பு புலனாய்வுக் குழுவை அமைத்து, பல வழக்குகளின் விசாரணையை குஜராத்துக்கு வெளியே மாற்றி உத்தரவிட்டது. இதனால்தான் பல வழக்குகளில் குற்றவாளிகள் தண்டனை பெற்றனர்.

ஆனால், இந்தக் கலவரத்துக்காக மோடி ஒரு நாளும் வருத்தம் தெரிவித்ததில்லை. 2002ம் ஆண்டு நியூ யார்க் டைம்ஸ் பத்திரிக்கைக்குப் பேட்டியளித்த மோடி, குஜராத் கலவரத்தைச் சரியான முறையில் கையாண்டதாகவும், பத்திரிக்கைகள் வேண்டுமென்றே அவருக்கு எதிராக எழுதியதாகவும் குறிப்பிட்டார்.

2013ல் ராய்ட்டர்ஸ் செய்தி நிறுவனத்துக்கு அளித்த பேட்டியில், குஜராத் கலவரம் குறித்து இப்படிக் கூறினார். ‘நீங்கள் காரில் அமர்ந்திருக்கிறீர்கள். வேறு ஒருவர் வண்டி ஓட்டுகிறார்.

அப்போது ஒரு நாய்க் குட்டி குறுக்கே வந்து விழுந்தால் வருத்தம் ஏற்படாதா? நான் முதல்வரோ இல்லையோ, நான் ஒரு மனிதன். எங்கே தவறு நடந்தாலும் அதற்காக நான் வருந்துவேன்' என்றார்.

ஆயிரக்கணக்கில் இறந்து போன இஸ்லாமியர்களை நாய்க் குட்டியோடு ஒப்பிட்டதற்கு கடும் எதிர்ப்பு எழுந்தது. இதற்கெல்லாம் கவலைப்படுபவரா என்ன மோடி?

4

மார்பில் பாய்ந்த வளர்த்த கடா

பிஜேபி என்கிற மதவாதக் கட்சியைச் சேர்ந்தவர்தான் வாஜ்பாய். ஆனாலும் கூட அவர் பிரதமராக இருந்த காலத்தில் இவ்வளவு மோசமான சீரழிவுகள் நேர்ந்தது கிடையாது. பிஜேபி மற்றும் சங் பரிவாரைச் சேர்ந்தவராக இருந்தாலும் மனிதநேயம் மிக்கவராக வாஜ்பாய் இருந்தார்.

ராஜீவ் காந்தி மரணம் நிகழ்ந்திருந்த சமயம். பத்திரிகையாளர் கரன் தாப்பர் வாஜ்பாயியைப் பேட்டி எடுப்பதற்காகச் செல்கிறார். கரன் தாப்பரிடம் ராஜீவ் குறித்து ஒரு சம்பவத்தைக் குறிப்பிடுகிறார் வாஜ்பாய். அதில் அவரே குறிப்பிடுவது போல ஒரு எதிர்க்கட்சித் தலைவராக பேட்டியளிக்கவில்லை. மனிதாபிமானம் கொண்ட ஒருவராகவே பேசியிருந்தார். 'ராஜீவ் காந்தியின் மறுபக்கத்தைப் பெரும்பாலானோர் அறிந்திருக்க மாட்டார்கள். ராஜீவ் பிரதமரான சமயத்தில், எனக்கு சிறுநீரகக் கோளாறு இருந்தது பற்றி அவருக்குத் தெரிய வந்தது. அந்த நேரம் ஐக்கிய நாடுகள் அவை மாநாட்டுக்கா இந்தியக் குழு ஒன்று செல்லவிருந்தது. என்னை அழைத்த ராஜீவ், ஐக்கிய நாடுகள் அவை மாநாடுக்காக செல்லவிருக்கிற இந்தியக் குழுவில் நீங்களும் இடம்பெறவேண்டும். அமெரிக்காவில், சிறுநீரகச் சிகிச்சை முறைகள் முன்னேறியுள்ளன. நீங்கள் அந்தக் குழுவோடு அமெரிக்கா சென்று சிகிச்சை எடுத்துக் கொள்ளுங்கள் என்று கூறினார். நானும் அமெரிக்கா சென்று சிகிச்சை பெற்றேன்'

என்று நன்றியுணர்வோடு அந்தப் பேட்டியில் நினைவுகூர்ந்திருந்தார் வாஜ்பாய்.

எதிர்க்கட்சியினராக இருந்தாலும், அன்போடு பழகும் தன்மை கொண்டவர் வாஜ்பாய். ஆனால், மோடிக்கு இது போன்ற எந்தப் பண்புகளும் இல்லை. இந்தியா இன்று இந்த அளவுக்கு தொழில்துறையில் வளர்ச்சியடைய முக்கியக் காரணமாக இருந்த ஜவாஹர்லால் நேருதான் இந்தியாவையே சீரழித்து விட்டார் என்று தொடர்ந்து பேசுவது எத்தனை கேவலமான ஒரு திசைதிருப்புதல்?

குஜராத் கலவரம் நடந்தபோது, பிரதமராக இருந்த வாஜ்பாய் மிகவும் மனவேதனை அடைந்தார். உள்ளபடியே அவரால் அந்தக் கலவரத்தைத் தாங்கிக்கொள்ள முடியவில்லை.

குறிப்பாக குஜராத்தில் நடந்து வருவது பிஜேபி ஆட்சி. ஆனாலும் வாஜ்பாயினால் மோடியைக் கட்டுப்படுத்த முடியவில்லை. இதனால் தனக்கும் தன்னுடைய கட்சிக்கும் கெட்ட பெயர் ஏற்பட்டிருப்பதை நினைத்து வருந்தினார். பிரதமராக இருந்து கொண்டு, அவரால் தன் கட்சியின் முதல்வரைக் கூட மாற்ற முடிய வில்லை என்ற விமர்சனம் அவர்மீது எழுந்தது.

குஜராத்தில் பாதிக்கப்பட்ட இஸ்லாமியர்கள் முகாம்களில் தங்க வைக்கப்பட்டிருந்தனர். அப்போது அகமதாபாத்தில் இருந்த ஒரு முகாமுக்குச் சென்றபோது ஓர் இஸ்லாமிய பெண், உங்களால் மட்டுமே இஸ்லாமியர்களைக் காப்பாற்றமுடியும் என்று கூறியது வாஜ்பாய் மனதை வலிக்கச் செய்தது.

அலுவல் ரீதியாக சிங்கப்பூருக்கு வாஜ்பாய் செல்ல வேண்டியிருந்தது. வெளிநாட்டுப் பத்திரிகையாளர்கள் குஜராத் கலவரம் குறித்து நிச்சயம் கேள்வி எழுப்புவார்கள் என்பதை அவர் அறிவார். அப்போது மத்திய அமைச்சராக இருந்த அருண் ஷோரி வாஜ்பாயிடம், துணை முதல்வர் அத்வானியிடம் பேசுமாறும், மோடியை நீக்குவதென்றால் அத்வானியால் அதைச் செய்யமுடியும் என்றும் சொன்னார். வாஜ்பாய் எதுவும் பேசவில்லை.

சிங்கப்பூர் போய்ச் சேர்ந்ததும் எதிர்பார்த்தபடி, வாஜ்பாயிடம் பத்திரிகையாளர்கள் குஜராத் கலவரம் பற்றி கேள்வி எழுப்பினார்கள். 'இந்தியாவில் நடந்தது துரதிருஷ்டவசமானது. கோத்ரா ரயில் எரிக்கப்படாமல் இருந்திருந்தால் இந்தச் சம்பவங்களைத் தடுத்திருக் கலாம்' என்று கூறினார். இப்படி ஒரு சூழலில் வெளிநாட்டுக்குப் போகிறோமே என்ற வருத்தம் வாஜ்பாய்க்கு இருந்தது.

சிங்கப்பூரில் இருந்து கம்போடியா சென்றுவிட்டு, ஒரு வாரம் கழித்து வாஜ்பாய் இந்தியா திரும்பினார். அவருடன் சென்றிருந்த பிஜேபி தலைவர்கள் அனைவரும் வீடு திரும்பினர். இந்தக்குழுவில் இடம்பெற்றிருந்த அருண் ஷோரி மட்டும் வீட்டுக்குச் செல்வதற்கு முன்பாகவே திரும்ப அழைக்கப்பட்டார். ஷோரியிடம், தேசியப் பாதுகாப்புச் செயலாளர் பிரிஜேஷ் மிஸ்ரா அழைத்து, நீங்கள் பிரதமர் வாஜ்பாய் மற்றும் துணை பிரதமர் அத்வானியோடு கோவாவுக்கு அதே விமானத்தில் செல்கிறீர்கள் என்கிறார். அடுத்த சில நிமிடங்களில் மூவரும் அருகருகே அமர்ந்திருந்தனர்.

அப்போது வாஜ்பாய், அத்வானியைப் பார்த்து, பிஜேபி தலைவர் பதவியிலிருந்து ஜனா கிருஷ்ணமூர்த்தியை நீக்கிவிட்டு, வெங்கையா நாயுடுவைத் தலைவராக நியமிக்கவேண்டும் என்றும், மோடி முதல்வர் பொறுப்பிலிருந்து நீக்கப்படவேண்டும் என்றும் கூறுகிறார். அத்வானி அதற்கு எதிர்ப்பு தெரிவிக்கவில்லை.

டெல்லியில் இருந்து பணியாற்றிக் கொண்டிருந்த மோடியை, குஜராத் முதல்வராகப் பதவியேற்குமாறு அத்வானிதான் வலியுறுத்து கிறார். மோடிக்கு எந்தவிதமான நிர்வாக அனுபவமும் இல்லை என்பது அத்வானிக்கு நன்றாகவே தெரியும். இருந்தாலும் அவருக்கு மோடிமீது இருந்த பிரியத்தின் காரணமாக அவரை முதல் வராக்கினார் அத்வானி.

கோவாவில் நடைபெற்ற பிஜேபி கூட்டத்தில், வாஜ்பாய் மற்றும் அத்வானி ஆகியோர், குஜராத்தில் மோடிக்குப் பதிலாக புதிய முதல்வரை அறிவிக்க உள்ளார்கள் என்ற விபரம், மோடிக்கு முன்னதாகவே தெரிந்திருந்தது. அவர்களின் திட்டத்தை முறியடிக்க ஏற்கெனவே வேறு ஒரு திட்டத்தை மோடி வைத்திருந்தார்.

கோவாவில் தேசிய செயற்குழு கூட்டம் தொடங்கியதும், மோடி பேசத் தொடங்கினார். முதல்வர் பதவியிலிருந்து தான் ராஜினாமா செய்யப் போவதாக அறிவிக்கிறார். உடனடியாகக் கூட்டத்தில் இருந்த பலர் எழுந்து கூச்சலிடுகிறார்கள். மோடி ராஜினாமா செய்யக்கூடாது என்று பலத்த கூச்சல் எழுகிறது. அருண் ஷோரி எழுந்து, விமானத்தில் வருகையில், அத்வானியும் வாஜ்பாயும் இணைந்து இந்த முடிவை எடுத்ததாகக் கூறுகிறார். ஆனாலும் கூச்சல் தொடர்ந்தது.

திட்டமிட்டது போல நிகழ்ச்சி நடைபெறவில்லை என்பதை உணர்ந்த வாஜ்பாய், இது குறித்து பின்னர் விவாதிக்கலாம் என்று கூறுகிறார்.

ஆனால் அங்கே குழுமியிருந்தவர்கள் இப்போதே முடிவு செய்ய வேண்டும் என்று கூச்சலிடுகிறார்கள். ஒரு பிரதமரான தன் உரையைக் கூடக் கேட்காமல் பொதுவெளியில் கட்சியினர் கூச்சலிடுவதைப் பார்த்த வாஜ்பாய் அமைதியானார்.

குஜராத் கலவரம் தொடங்கிய அந்த நேரமே உறுதியாக மோடிக்கு எதிரான நடவடிக்கைகளை எடுத்திருந்தால், மோடியை முதல்வர் பதவியில் இருந்து நீக்கியிருந்தால், மோடி இன்று பிரதமராவதில் இருந்து நாடு காப்பாற்றப்பட்டிருக்கும். வாஜ்பாய் அன்று செய்த தவறுக்காக இன்று இந்தியா கண்ணீர் வடித்துக் கொண்டிருக்கிறது. முன்னதாக நடந்த ஒரு பத்திரிகையாளர் சந்திப்பில் குஜராத் முதல்வருக்கு என்ன சொல்ல விரும்புகிறீர்கள் என்ற கேள்விக்கு வாஜ்பாய், குஜராத் முதல்வர் மோடி 'ராஜ தர்மத்தை' கடைபிடிக்க வேண்டும் என்றார். 'நாங்கள் அதைத்தானே செய்து கொண்டிருக் கிறோம்' என்று வாஜ்பாயை இடைமறித்துக் கூறினார் மோடி. உடனடியாக வாஜ்பாய், 'நரேந்திர மோடி அதைச் செய்வார்' என்ற நம்பிக்கை எனக்கு உள்ளது என்று கூறினார்.

மோடியை குஜராத் முதல்வராக்கியதோடு, அவரை குஜராத் கலவர விவகாரத்திலும் காப்பாற்றிவிட்டவர் லால் கிருஷ்ண அத்வானி. வெறும் 2 எம்பிக்களில் இருந்து, ஆட்சியைப் பிடிக்கும் அளவுக்கு பிஜேபியை வளர்த்ததில் அத்வானியின் பங்கு மிகப் பெரியது.

85 வயதாகியிருந்த அத்வானிக்கு, துணைப் பிரதமராக பதவி வகித்ததில் இருந்தே பிரதமராக வேண்டும் என்ற கனவு உண்டு.

ஆனால் மிகவும் கவனமாகத் திட்டமிட்டு, ஆர்எஸ்எஸ் மற்றும் பிஜேபியின் முக்கியத் தலைவர்களைத் தன் பக்கம் இழுக்கிறார் மோடி. அத்வானிக்கு, தாம் பிரதமர் வேட்பாளராக அறிவிக்கப்பட வாய்ப்பு இல்லை என்பது தெரிந்துவிட்டது. 2013ம் ஆண்டு ஜுன் மாதத்திலேயே தன் பதவியை ராஜினாமா செய்கிறார் அத்வானி. தனது ராஜினாமா கடிதத்தில் அவர் 'சிலகாலமாகவே, கட்சியின் நடவடிக்கைகளை ஏற்றுக் கொள்ள முடியவில்லை. எந்தத் திசையில் கட்சி செல்கிறது என்பதும் தெரியவில்லை. தற்போது பெரும்பாலான தலைவர்கள் தங்கள் சொந்த நலனுக்காகவே செயல் பட்டுவருகின்றனர்' என்று தனது கடிதத்தில் குறிப்பிட்டிருந்தார். அத்வானி குறிப்பிட்ட சில தலைவர்களில் முக்கியமானவர் மோடி.

அத்வானி எதிர்பார்த்தது போலவே, செப்டெம்பரில் நடைபெற்ற கட்சி மாநாட்டில், மோடி பிரதமர் வேட்பாளராக அறிவிக்கப் பட்டார்.

ரத யாத்திரைகள் நடத்தி, பிஜேபியை நாடெங்கும் வளர்த்ததில் பிஜேபியின் மூத்தத் தலைவர் முரளி மனோகர்ஜோஷிக்கு ஒரு பெரிய பங்கு உண்டு. தொண்ணூறுகளின் தொடக்கத்தில், காங்கிரஸ் கட்சிக்கு ஒரு வலுவான மாற்று சக்தியாக இந்து அமைப்புகள் உருவாகத் தொடங்கியிருந்தன.

அப்போது 'ஒற்றுமை யாத்திரை' என்ற ஒரு யாத்திரையைத் தமிழகத்திலிருந்து காஷ்மீர் வரை நடந்தது. அப்போது கட்சித் தலைவராக இருந்த முரளி மனோகர் ஜோஷி தமிழகத்திலிருந்து யாத்திரையைத் தொடங்குகிறார்.

இளம் ஆர்எஸ்எஸ் நிர்வாகியாக இருந்த மோடியிடம் யாத்திரைக் கான ஏற்பாடுகளைச் செய்யும் பொறுப்பு வழங்கப்பட்டிருந்தது. அப்போதே மோடி மூத்தத் தலைவர்கள் இடும் உத்தரவுகளை நிறைவேற்ற மறுத்து, தன் இஷ்டத்துக்குச் செயல்படுபவராக இருந்தார். அந்த யாத்திரையின் போது, ஜோஷி கூறியிருந்த ஓர் உத்தரவு, கட்சியின் மூத்தத் தலைவர்கள் முதல், தொண்டர்கள் வரை, ஒன்றாக உணவருந்த வேண்டும் என்பதே. யாத்திரை பெங்களூருவை அடைந்தபோது, உணவு இடைவேளையில் கர்நாடக பாஜக தலைவர்களில் ஒருவரான அனந்தகுமாரோடு மோடி வெளியே சென்றுவிட்டு, தாமதமாக வந்தார். எரிச்சலடைந்த ஜோஷி அனைவர் முன்னிலையிலும், மோடியைக் கடுமையாக கடிந்துகொள்கிறார். ஆனால் மோடி அவர் போக்கை மாற்றிக் கொள்ளவே இல்லை.

முரளி மனோகர் ஜோஷி, அத்வானி, வாஜ்பாய் ஆகியோர் பிஜேபியின் வளர்ச்சியில் முக்கிய பங்கு வகித்தவர்கள். மோடி 2014 தேர்தலில் வெற்றி பெற்றுப் பிரதமரானதும், ஆட்சி மட்டுமல்லாமல் கட்சியையும் தன் கட்டுப்பாட்டில் வைக்க வேண்டியதன் அவசியத்தை உணர்ந்தார். குஜராத்தில் தன் அமைச்சரவையில் பணியாற்றி அவருக்காக பல போலி என்கவுன்டர்களை நிகழ்த்திய வரான அமித் ஷாவை, ஜூலை 2014ல் பிஜேபியின் தலைவராகத் தேர்ந்தெடுக்கவைக்கிறார். பிரதமரானதும், ஏறக்குறைய அனைத்தையும் தன் கட்டுப்பாட்டில் கொண்டு வந்தார் மோடி.

ஆகஸ்ட் 2014ல், பிஜேபி கட்சிக்குள்ளாக, மார்க தர்ஷக் மண்டல் என்ற அமைப்பை உருவாக்கினார் மோடி. அந்த அமைப்பு, கட்சியை வழிநடத்துவதற்காக என்று சொல்லப்பட்டது. முரளி மனோகர் ஜோஷி, அத்வானி மற்றும் வாஜ்பாய் ஆகிய மூவரும் அந்தப் புதிய அமைப்பின் உறுப்பினர்களாக கட்சித் தலைவர் அமித்

ஷாவால் நியமிக்கப்பட்டனர். இந்த அமைப்பு கட்சியை வழிநடத்துவதற்காக என்றுகூறப்பட்டாலும், இது இவர்கள் மூவரையும் ஓரங்கட்டுவதற்காகவே உருவாக்கப்பட்ட அமைப்பு.

இது குறித்து கட்டுரை ஒன்றில் மூத்த பத்திரிகையாளர் நீரஜா சவுத்ரி இப்படிக் குறிப்பிட்டார். ‘இந்தத் தலைவர்கள் ஏறக்குறைய தங்கள் வாழ்வின் 60 வருடங்களை கட்சிக்காக அளித்திருக்கிறார்கள். கட்சியின் முடிவெடுக்கும் அமைப்பான செயற்குழு. பொதுக் குழுவில் இத்தலைவர்களுக்கு இடமளிக்காதது வருத்தம் அளிக்கிறது. அவர்கள் உடல் ஆரோக்கியத்தோடும், நல்ல செயல்பாட்டோடும் இருக்கும் சமயத்தில் அவர்கள் நீக்கப்பட்டிருக்கிறார்கள். அத்வானி மற்றும் ஜோஷியின் அனுபவங்கள் ஒரு கட்சியை வழிநடத்தும் அளவுக்கு விசாலமானது. பிஜேபியின் அத்தனைத் தலைவர்களுக்கும் வழிகாட்டி இவர்கள். வாஜ்பாயை பிரதமராக பொறுப் பேற்பதற்கு முன்னிறுத்தும் அளவுக்கு மேன்மையானவர் அத்வானி. இந்தத் தலைவர்கள் இப்படி அவமானப்படுத்தப்பட்டிருக்கக் கூடாது. பிஜேபிக்கு நாட்டில் ஒரு வலுவான அடித்தளத்தை இரு தலைவர்களும் அமைத்துத் தந்திருக்கின்றனர். அவர்களால்தான் கட்சி இன்று பெரும்பான்மையோடு ஆட்சியைப் பிடிக்கும் அளவுக்கு வளர்ந்திருக்கிறது.’

கட்சியை வழிநடத்துவதற்காக உருவாக்கப்பட்ட மார்க தர்ஷக் மண்டல் ஒரு பிணம் போன்ற அமைப்பாகத்தான் இன்றுவரை இருந்து வருகிறது.

மூத்தத் தலைவர்களே ஓரங்கட்டப்படுவதைப் பார்த்த பிஜேபியின் இதர தலைவர்கள், மோடியையும் அமித் ஷாவையும் எதிர்த்தால், கட்சியில் தங்களின் எதிர்காலமே சூன்யமாகிவிடும் என்பதை உணர்ந்தனர்.

இன்று கட்சியில் மோடி வைத்ததுதான் சட்டம். மோடியின் வாக்கே வேதவாக்கு. ஆர்எஸ்எஸ் உள்ளிட்ட சங்பரிவார் அமைப்பின் நிர்வாகிகளே, மோடியைக் கண்டு அஞ்சுகிறார்கள்.

ஜூன் 2018ம் ஆண்டில், இந்து மற்றும் இஸ்லாமிய மதங்களைச் சேர்ந்த இருவர் திருமணம் செய்து கொள்கிறார்கள். லக்னோவில் உள்ள பாஸ்போர்ட் அலுவலகத்தில் அவர்கள் பாஸ்போர்ட் கேட்டு விண்ணப்பித்தபோது, அங்கே மண்டல பாஸ்போர்ட் அதிகாரியாக இருந்த விகாஸ் மிஸ்ரா என்பவர், அந்தத் தம்பதியினர் ஏன் மதம் மாறி திருமணம் செய்து கொண்டனர் என்று கேள்வி எழுப்பியதோடு, அவர்களை அவமானப்படுத்தியுள்ளார்.

இந்தச் செய்தி வெளியானதும், வெளியுறவுத் துறை அமைச்சர் சுஷ்மா சுவராஜ், அந்த அதிகாரியை இடமாற்றம் செய்து உத்தர விட்டார்.

அப்போது வெளிநாட்டு சுற்றுப்பயணத்தில் இருந்தார் சுஷ்மா. அவர் திரும்ப வருவதற்குள், சமூக வலைதளமான ட்விட்டரில், பிஜேபி கட்சியைச் சேர்ந்தவர்களே, சுஷ்மா ஒரு பெண் என்பதைக் கூடப் பார்க்காமல், கன்னா பின்னாவென்று விமர்சித்தனர். பல விமரிசனங்கள், மிக மிக ஆபாசமாக இருந்தன. இப்படி ஆபாசமாக விமர்சனம் செய்த பலரை, மோடி ட்விட்டரில் ஃபாலோ செய்து கொண்டிருந்தார் என்பது குறிப்பிடத்தக்கது. ஆனால் மோடியிட மிருந்து ஒரே ஒரு வார்த்தை கண்டனம் கூட வரவில்லை.

மோடி ஒரு மோசமான சர்வாதிகாரி என்பது கட்சியினருக்கே புரிந்திருக்கிறது. சொந்தக் கட்சியினர் முணுமுணுப்பைக் கூட வெளிக்காட்டாத அளவு மௌனத்தில் ஆழ்ந்துள்ளதற்கு மோடியின் மீது கொண்ட அச்ச உணர்வின்றி காரணம் வேறென்ன?

5

மோடி மாயாஜாலம் : காணாமல் போன குஜராத் விளைநிலங்கள்

குஜராத் கலவரத்தை ஒட்டி ஒரு தீவிர இந்துத்துவ அரசியல்வாதி என்ற பிம்பம் மோடி மீது விழுந்திருந்தது . இதை அகற்றி, தன்னை நேருவைப் போன்ற ஒரு 'ஸ்டேட்ஸ்மேன்' என்று கட்டமைத்துக் கொள்ள மோடி மிகவும் பிரயத்தனம் செய்தார்.

2008ம் ஆண்டு, டாடா நிறுவனம் மக்களுக்கான கார் என்று நானோ கார் உற்பத்தி தொழிற்சாலையை மேற்கு வங்காளத்தில் தொடங்க விருந்தது. அது கடும் சிக்கலைச் சந்தித்திருந்தது. அங்கிருந்து அப்புறப்படுத்தப்பட்ட டாடா தொழிற்சாலையை குஜராத்துக்கு வரவேற்றார் மோடி. இந்த அறிவிப்பு ஒட்டுமொத்த இந்தியாவை யும் குஜராத் பக்கம் திரும்பவைத்தது.

மக்களின் கார் நானோ என இரண்டு ஆண்டுகளாக விளம்பரப் படுத்தப்பட்டுக் கொண்டிருந்தன. மேற்கு வங்காளத்தில் அந்தக் கார் உற்பத்திக்கான ஆரம்பக் கட்டப் பணிகளும் தொடங்கின. ஆனால் விளை நிலங்களைத் தொழிற்சாலைக்காக வாங்குவதில் பல்வேறு சிக்கல்கள் எழுந்தன. பெரும் போராட்டங்கள் நடந்தன. வன்முறை வெடித்தது. அப்போது எதிர்க்கட்சித் தலைவராக இருந்த மம்தா பானர்ஜி, இந்த விவகாரத்தைக் கையில் எடுத்து, ஆளும் மார்க்சிஸ்ட்

கட்சிக்குப் பெரும் சிக்கலைக் கொடுத்தார். சிக்கல் நீடித்துக் கொண்டே இருந்தது.

பொறுமை இழந்தார் ரத்தன் டாடா. மேற்கு வங்காளத்தில் உள்ள சிங்கூரில் தொடங்கப்படவிருந்த டாடா நானோ தொழிற்சாலை நிறுவனம் மூடப்படும் என்று அறிவித்தார் டாடா.

சில நாட்களில் தொழிற்சாலை குஜராத்துக்கு இடம் மாறியது. 'சிங்கூர் ஆலை மூடப்படுவதாக டாடா அறிவித்தவுடனேயே 'குஜராத்திற்கு வந்துவிடவும்' என ரத்தனுக்கு குறுஞ்செய்தி அனுப்பினேன். உடனே ஆலை குஜராத்துக்கு வந்து விட்டது' என்று மோடி பெருமையாக தான் பேசும் பொதுக் கூட்டங்களில் அறிவிப்பார்.

சிங்கூர் இல்லை என்றான பிறகு நான்கு மாநில அரசுகள் தங்களைத் தொடர்பு கொண்டதாகவும் ஆனால் மிக வேகமாகச் செயல்பட்டது மோடிதான் எனவும் டைம்ஸ் ஆஃப் இண்டியா நாளேட்டிற்கு அளித்த பேட்டியில் ரத்தன் டாடா கூறினார்.

வேறு சில மாநில அரசுகளும் ஆர்வம் காட்டியது உண்மைதான். ஆனால் பல பிரச்சினைகள் தீர்க்கப்பட வேண்டியிருந்தன. ஆனால் குஜராத்தில் எல்லாம் அசுரவேகத்தில் நடந்தது. பத்தே நாட்களில் ஒப்பந்தம் கையெழுத்தானது என்றார் ரத்தன்.

ஒப்பந்தம் டாடா குழுமத்திற்கு மிகவும் சாதகமாக இருந்தது. நானோ தொழிற்சாலை அரசுக்குச் செலுத்த வேண்டிய வரிகளை 20 ஆண்டுகளுக்கு செலுத்த வேண்டியதில்லை என்றும், அது கடனாகக் கருதப்படும் என்றும் ஒப்பந்தம் போடப்பட்டது. 20 ஆண்டுகளுக்கு பிறகு, 0.1 சத வட்டியில் அக்கடனை அடைக்கத் தொடங்கலாம். இத்தகைய ஒப்பந்தத்தால் அரசுக்கு எவ்வளவு இழப்பு, டாடாவிற்கு எவ்வளவு லாபம் என்பதைக் கணக்கிடுவது கடினம். ஆனால் நிச்சயமாக 22 பில்லியன் ரூபாயை நானோவிற்காக முதலீடு செய்யும் குழுமம் அதைவிடப் பல, மடங்கு தொகையினை இந்த ஒப்பந்த ஷரத்துகளின் காரணமாக மீட்டுவிடும் என்கின்றனர் வல்லுநர்கள்.

குஜராத் தொழிற் வளர்ச்சி நிறுவனத்தின் வசமிருந்த இரண்டு பகுதிகளில் ஏதாவது ஒன்றை எடுத்துக்கொள்ளுமாறு டாடாவிற்குக் கூறப்பட்டது. அவர்களோ மூன்றாவதாக சனந்த் என்ற இடத்தில் விளை நிலம் ஒன்றையே விரும்பினர். விவசாயிகளிடமிருந்து எப்படி நிலங்களை வாங்குவது என்ற வித்தையெல்லாம் மோடிக்குக் கைவந்ததாகும். மேற்கு வங்க கம்யூனிஸ்ட் அரசு போல மோடி தவறு செய்ய மாட்டார். இருப்பினும் நானோ விஷயத்தில் ஏதாவது

சிக்கல் ஏற்பட்டுவிட்டால் தனது அரசுக்கு ரொம்பவே தர்ம சங்கடம் என்பது அவருக்குத் தெரியும். எனவே மிகக் கவனமாகவே கையாண்டார்.

டாடா தெரிவு செய்திருந்த பகுதியில் மிகப் பெரிய நில உடைமை யாளர் ரஹூபா வகேலா. அவர்தான் மற்ற உடைமையாளர்கள் சார்பில் அரசுடன் பேச்சுவார்த்தை நடத்தினார். அவர் காங்கிரஸ்காரர். நினைத்திருந்தால் பல சிக்கல்களை உருவாக்கி யிருக்கலாம். ஆனால் பேச்சுவார்த்தையை அரசியலாக்கவில்லை.

வகேலா ஒரு பத்திரிக்கைக்கு டாடா தொழிற்சாலை குறித்து அளித்த பேட்டியில், 'ரத்தன் டாடாவும் மோடியும் இணைந்து தொழிற்சாலை ஒப்பந்தம் குறித்து அறிவிப்பதற்கு முதல் நாள் வரை நாங்கள் பேரம் பேசிக்கொண்டிருந்தோம். யாருக்காக அந்த நிலம் வாங்கப்படுகிறது என்பதைக் கூட தொழிற்வளர்ச்சி கழகம் எங்களிடம் தெரிவிக்கவில்லை. ரகசியமாகவே வைத்திருந்தனர். விலை நிர்ணயப் பேச்சுவார்த்தை இழுத்துக்கொண்டே போனது. இறுதியாக இரவு பத்து மணி அளவில் கழகத்தின் செயலாளர் மஹெஸ்வர் சாகு விஷயத்தை உடைத்தார். 'நாளை காலை ரத்தன் டாடாவே வருகிறார். நானோ கார் இங்கே உற்பத்தியாகப் போகிறது' தேவையில்லாமல் சிக்கல்களை உருவாக்கி விடாதீர்கள் எனக் கேட்டுக் கொண்டார். நமது ஊரில் டாடா தொழிற்சாலையா என்று மிகுந்த உற்சாகம். குஜராத்திகளுக்கும் மற்றவர்களுக்கும் இருக்கும் முக்கிய வேறுபாடு என்னவெனில் நாங்கள் எங்கள் நிலங்களுடன் உணர்வுபூர்வமாக ஒன்றி விடுவதில்லை. எல்லா வற்றிலும் லாப நஷ்டக் கணக்குதான் பார்ப்போம்...கேட்கப்படும் நிலங்களை விற்றுவிட்டாலும் நானோ தொழிற்சாலை உருவாகும் போது ஒட்டியுள்ள நிலங்களின் விலையும் கூரையைப் பிய்த்துக் கொண்டு போகுமே! ஒரே மணி நேரத்தில் எங்களுக்கு மிகச் சாதகமான விலையில் விற்றுவிட்டோம்' என்று வகேலா ஒரு பேட்டியில் குறிப்பிட்டார். .

மேலும் 'முதலில் நாங்கள் என்ன விலை என்பதைச் சொல்லுவோம். அப்போதுதான் எந்த அளவு லாபம் இருக்கும் என்பதை அவர்கள் கணக்குப் போட்டுக் கொள்ள முடியும். அதன் பிறகு அந்தந்தப் பகுதி பெரும்புள்ளிகளுக்கு உரிய கௌரவம் அளித்து பேச்சுவார்த்தை நடத்துவோம். எல்லாம் சரியாகிவிடும்' என்றார் வகேலா.

டாடா ஆலைப் பகுதிக்கு ஒட்டி அமைந்திருந்த தனது 30 ஏக்கர் நிலத்தையும் விற்ற பிறகு மோடியின் அலுவலகத்திற்கு

அழைக்கப்பட்டார் வகேலா. அந்த சந்திப்பன்று, சனந்திலேயே பெரும் பணக்காரர் இப்போது மேலும் பணக்காரராகிவிட்டார் என்று டைம்ஸ் ஆஃப் இந்தியா செய்தி வெளியிட்டது.

'நான் நுழைந்தபோது என்னை எழுந்து நின்று வரவேற்றார் முதல்வர். வாங்க வாங்க ராவுபாய். உங்கள் லட்சுமி கடாட்சம் எனக்கும் கிடைக்கட்டும். சனந்தை நாம் மாற்றிவிடவேண்டும். அங்கே செல்வம் கொழிக்க வேண்டும். உலகம் வியக்கவேண்டும்' என்று மோடி மிகுந்த உற்சாகமாகப் பேசினார் என்கிறார் வகேலா.

தொடர்ந்து ஃபோர்டும் பேஜாட்டும் தத்தம் தொழிற்சாலைகளுக்கு இடம் கேட்டு குஜராத் அரசை அணுகின. தொழிற் வளர்ச்சிக் கழகம் 2,200 ஏக்கர் நிலங்களைக் கையகப்படுத்தியிருந்தது. இரு நிறுவனங் களுக்கும் கணிசமான நிலம் ஒதுக்கி டாடாவுக்கு அளித்ததைப் போல் சலுகைகளையும் வாரி வழங்கினார் மோடி. இழப்பீட்டுத் தொகைகூடக் கூட சனந்தில் துவக்கத்தில் இருந்த எதிர்ப்பும் குறைந்தது.

சந்தை மதிப்பைவிட பத்து மடங்கு அதிகமான விலையில் நிலங்கள் வாங்கப்பட்டன. டாடா வருகைக்கு ,முன்னர் ஒரு ஏக்கர் அப்பகுதியில் 3 லட்ச ரூபாய்க்கு விற்றதென்றால் அரசே 30 லட்ச ரூபாய் கொடுத்து வாங்கியது. உரிய தொகையும் ஒரே வாரத்தில் உடைமையாளர்களைச் சென்றடைந்தது.

ஹீராபூரைச் சேர்ந்த 71 வயதான பிக்குபாய் பரோட் என்பவர் தனது 40 ஏக்கர் நிலத்தை அரசுக்கு விற்று, கிடைத்த லாபத்தில் அருகாமையிலேயே 80 ஏக்கர் நிலங்கள், இரண்டு பங்களாக்கள் மூன்று கார்கள் என வாங்கிக் குவித்தார்.

வளர்ச்சியை மட்டுமே கருத்தில் கொண்டு செயல்படும் தலைவராக மோடியைச் சித்தரிக்கும் முயற்சிகளில் ஒரு முக்கியக் கட்டம் சனந்த் வெற்றிகள். தொழிலதிபர்களிடம் அல்லது பொதுமக்களிடம் உரையாற்றும்போது சனந்த் பற்றிக் குறிப்பிடத் தவறுவதில்லை மோடி.

சிஐஐ எனப்படும் அகில இந்தியத் தொழிலதிபர்களின் கூட்டமைப்பு மோடியோடு ஏற்படுத்திக் கொண்ட மோதலில் மோடிக்கு ஆதரவாக இருந்தவர் நிர்மா நிறுவன அதிபர் கர்சன் படேல். சிஐஐக்கு எதிராக கலகக் கொடியும் ஏற்றினார். அதற்குப் பரிசு தர வேண்டுமல்லவா? அவருக்கு மஹுவாவில் சிமெண்ட் ஆலை அமைக்க 700 ஏக்கர்நிலம் ஒதுக்கப்பட்டது.

பிரச்சினை என்னவெனில் அந்த 700 ஏக்கரில் நல்ல நஞ்சை விளைநிலங்களும் ஏரிகளும் அடக்கம். இந்த ஏரிகளை மன்பியே சுற்றிலுமுள்ள கிராமங்களின் 50,000 விவசாயிகளும், கால்நடைகளும் சார்ந்திருந்தனர். நிலப்பாசனமும் இதனைச் சார்ந்தே அமைந்திருந்தன. எனவே நிர்மா திட்டத்தைக் கடுமையாக எதிர்த்தனர். நிர்மாவும் அரசும் எதிர்ப்பினைக் கண்டுகொள்ளவில்லை. பிரச்சினை வளர்ந்துகொண்டே போனது. மஹூவாவிற்கான பாஜக எம்எல்ஏ கனுபாய் கல்சாரியா தலைமையில் பெரும் ஆர்ப்பாட்டம் ஒன்று நடந்தது. 11,000 விவசாயிகள் ரத்தக் கையெழுத்திட்ட கண்டனக் கடிதம் அரசுக்கு அனுப்பிவைக்கப்பட்டது.

ஒதுக்கப்பட்ட பகுதி தரிசு நிலமே எதுவும் விளைவதில்லை என நிர்மாவும் மாநில அரசும் வாதாடின. போராட்டங்களின் பின்னணியில் மத்திய அரசின் சுற்றுச்சூழல் அமைச்சகம் அனுமதி மறுத்தது. மூன்று முறை மஹூவா சட்டமன்ற உறுப்பினராக இருந்த கல்சாரியா அடையாளம் தெரியாத சிலரால் தாக்கப்பட்டார். கட்சியிலிருந்தும் இடைநீக்கம் செய்யப்பட்டார். ஆனால் விவசாயிகளைப் பொறுத்தவரை அது குறிப்பிடத்தகுந்த வெற்றியாக அமைந்தது. இப்போது மோடி பொதுமக்கள் நலனைக் காற்றில் பறக்கவிட்டு பெரு நிறுவனங்களுக்கு நிதியையும் நிலத்தையும் வாரி வழங்குகிறார் எனக் குற்றஞ்சாட்டி விவசாயிகளை அணிதிரட்டினார் கல்சாரியா.

2002 கலவரங்களுக்குப் பிறகு தனது அரசு அதன் கடமையை நிறைவேற்றத் தவறிவிட்டது என விமரிசனம் செய்வோர் குஜராத்திற்கும் குஜராத்திகளுக்கும் எதிரானவர்கள் என அம்மக்களை நம்பவைப்பதில் குறிப்பிடத்தக்க வெற்றி கண்டார் மோடி.

குஜராத் மின்மிகை மாநிலம் என்று மோடி பெருமை பட்டுக் கொள்வார். அது குறித்து ஆங்கில ஊடகங்களில் செய்தி வரவைப்பார் மோடி.

ஆனால் சங் பரிவாரின் விவசாய அமைப்புகளே போதுமான மின்சாரம் கிடைப்பதில்லை என்று பல்வேறு போராட்டங்களை நடத்தியுள்ளன.

மாநிலப் பொருளாதார வளர்ச்சி விகிதம் கடந்த தசாப்தத்தில் இந்தியாவின் வளர்ச்சியைவிட சற்று கூடுதல்தான். ஆனால் குஜராத் நீண்டகாலமாகவே தொழிற்துறையில் வளர்ச்சி அடைந்த மாநிலமாகும். மோடியின் கீழ் மாநிலம் கண்டுள்ள வளர்ச்சியானது அதற்கு முந்தைய இரு தசாப்தங்களில் காணப்பட்டதை விடவும் குறிப்பிட்டுச் சொல்லும் அளவு அதிகமானதல்ல.

அவரது ஆட்சியில் மாநிலம் அசுர வளர்ச்சியடைந்து விட்டது ஓர் மாயாஜாலம் என்றும் மற்ற மாநிலத்தாரையும் ஊடகங்களையும் நம்பவைப்பதில் வெற்றி கண்டார் மோடி. ஆனால், விளம்பர வாசகங்களில் மட்டுமே வளர்ச்சியைக் கண்டவர் என்பது கடந்த நான்கரை ஆண்டு கால சாட்சி. அனைத்துத் துறைகளிலும் அவர் தொடர் தோல்விகளையே காட்டியிருக்கிறார்.

அதிகாரத்தைக் கையில் எடுத்ததுமே இயற்கை வளங்களைப் பெரும் தொழிலதிபர்களுக்கு தாரை வார்ப்பதில் மோடி தீவிரமாக இருந்திருக்கிறார்.

மோடி பெருமையோடு திறந்து வைத்த சர்தார் வல்லபாய் படேல் சிலை அமைப்பதற்காக, 70 ஆதிவாசி கிராமங்கள் அழிக்கப்பட்டன. 75 ஆயிரம் ஆதிவாசிகள் தாங்கள் வாழ்ந்த இடத்திலிருந்து ஒரு சிலைக்காக இடம் பெயர்க்கப்பட்டனர்.

2009 முதல் 2013 வரை காங்கிரஸ் ஆட்சிக் காலத்தில் 260 வனப் பகுதியில் கட்டுமானத் திட்டங்களுக்கு அனுமதி அளிக்கப்பட்டன. ஆனால் பிஜேபியின் நான்காண்டு கால ஆட்சியில் மட்டும் 519 கட்டுமான திட்டங்களுக்கு வனப் பகுதியில் அனுமதி அளிக்கப் பட்டுள்ளது.

இதே மோடியால் தங்களின் உரிமைக்காகப் போராடிய ஆதிவாசி களை மன் கி பாத் நிகழ்ச்சியில் (28, அக்டோபர் 2018) பாராட்டிப் பேச முடியும்.

தன் மனதோடு பேசுவதற்கே போலி முகமூடி அணிந்து கொள்பவராய் இருக்கிறாரா மோடி?

6

புதிர்கள் அவிழாத ஹரேன் பாண்டியா கொலை வழக்கு

குஜராத்தில் மோடி முதல்வராவதற்கு முன்னதாக உள்துறை அமைச்சராக இருந்தவர் ஹரேன் பாண்டியா. இவர் மூத்த ஆர்எஸ்எஸ் ஊழியர். கட்சியில் மிக முக்கிய நபராக இருந்தவர், பல பொறுப்புகள் வகித்தவர்.

கேஷுபாய் படேலை மாற்றி, மோடியை குஜராத் முதல்வராக்குவது என்று தலைமை தீர்மானித்தவுடன், மோடியை குஜராத்தில் ஓர் இடைத் தேர்தலில் போட்டியிடச் சொல்கின்றனர். குஜராத்தில் பிஜேபிக்குப் பாதுகாப்பான தொகுதியாகக் கருதப்பட்டது, அகமதாபாத் நகரில் உள்ள எல்லிஸ் பிரிட்ஜ் தொகுதி. அந்தத் தொகுதியில் எம்எல்ஏவாக இருந்தவர் ஹரேன் பாண்டியா. தனக்காக அந்தத் தொகுதியை விட்டுத் தருமாறு மோடி கோரியபோது அவருக்கு அந்தத் தொகுதியைத் தர ஹரேன் பாண்டியா மறுத்தார். இது குறித்து ஒரு பேட்டியில் பிஜேபி தலைவர் இப்படித் தெரிவித்தார். 'பிஜேபி தலைமை கூறினால் வேறு ஒரு இளைஞனுக்காக அந்தத் தொகுதியை விட்டுக் கொடுப்பேன். ஆனால் இந்த நபருக்குத் தர மாட்டேன் என்று சொன்னார்' என்று குறிப்பிட்டிருந்தார்.

குஜராத் கலவரம் நடந்து முடிந்து மூன்று மாதங்களுக்குப் பிறகு, உச்ச நீதிமன்ற முன்னாள் நீதிபதி விஆர்.கிருஷ்ணய்யர் தலைமையில் மக்கள் தீர்ப்பாயம் ஒன்று ஏற்படுத்தப்பட்டது. பல ஓய்வுபெற்ற உயர்நீதிமன்ற நீதிபதிகள் அதில் பங்கேற்றனர்.

அந்தத் தீர்ப்பாயத்தின் விசாரணையில், குஜராத்தைச் சேர்ந்த ஒரு முக்கிய அமைச்சர் பங்கேற்று சாட்சியம் அளித்தார் என்பது மட்டும் வெளியே தெரிந்தது. யார் அந்த அமைச்சர், என்ன சாட்சியம் அளித்தார் என்ற விபரங்கள் வெளியாகவில்லை. மோடி அரசில் அமைச்சராக இருந்த ஒருவர் சாட்சியமளித்தது உண்மை தான் என்பது சில நாட்களில் உறுதியானது.

இந்த விசாரணை ஆணையத்தின் நீதிபதிகளில் ஒருவராக இருந்த முன்னாள் உயர் நீதிமன்ற நீதிபதி ஹோஸ்பேட் சுரேஷ் ஒரு பத்திரிகைக்கு அளித்த பேட்டியில், 'ஒரு மூத்த அமைச்சர் ஆஜராகி குஜராத் கலவரம் தொடர்பாக நாற்பது நிமிடங்கள் வரை சாட்சியமளித்தார். தனது பெயர் வெளியே தெரியக்கூடாது என்பதில் அவர் மிகவும் கவனமாக இருந்தார். அவர் தனது சாட்சியத்தில், 'கோத்ரா ரயில் எரிப்பு சம்பவம் நடந்த 27 பிப்ரவரி 2002 அன்று குஜராத் முதல்வராக இருந்த நரேந்திர மோடி ஒரு கூட்டத்தைக் கூட்டினார். அந்தக் கூட்டத்தில், டிஜிபி கே.சக்ரவர்த்தி, அகமதாபாத் காவல்துறை ஆணையர் பிசி.பாண்டே, தலைமைச் செயலாளர் ஜி.சுப்பாராவ், உள்துறை செயலாளர் அஷோக் நாராயணன், உள்துறையைச் சேர்ந்த காவல்துறை அதிகாரி கே.நித்யானந்த், உளவுத் துறை டிஜிபி ஜிஎஸ்.ராய்கர், முதல்வர் அலுவலகத்தின் செயலாளர்கள் பிகே.மிஸ்ரா, அனில் முக்கிம், ஏகே சர்மா ஆகியோர் இருந்தனர்.

'இரண்டு மணி நேரம் நடந்த அந்தக் கூட்டத்தில், நடந்த படுகொலைகளுக்கு (கோத்ரா ரயில் எரிப்பு) நாளை நடக்கும் பொது வேலை நிறுத்தத்தில் (விஎச்பி அழைப்பு விடுத்த பந்த்) நியாயம் தேடப்படும். இந்தப் படுகொலைகளுக்கான இந்துக்களின் எதிர்வினைகளைத் தடுக்க காவல்துறை முனையக் கூடாது என்று மோடி கூறினார். அப்போது டிஜிபி சக்ரவர்த்தி கடுமையாக எதிர்ப்பினைத் தெரிவித்தார். உடனடியாக அவரை நோக்கித் திரும்பிய மோடி, 'வாயை மூடிக் கொண்டு சொல்வதை கேட்க வேண்டும்' என்று கூறியதும் அவர் அமைதியாகி விட்டார். பின்னாட்களில் நடந்த சம்பவங்களுக்காக அகமதாபாத் ஆணையர்

பி.சி.பாண்டே வருத்தம் தெரிவித்தாலும் அந்தக் கூட்டத்தில் அவர் அமைதியாகவே இருந்தார்.

'அந்தக் கூட்டம் வழக்கமான மோடியின் கூட்டமாகவே அமைந்தது. விவாதங்கள் இல்லை. வெறும் உத்தரவுகளே. கூட்டத்தின் இறுதியில், விஎச்பி மற்றும் காவி கூட்டத்தினரின் வன்முறைகளை காவல்துறைத் தடுக்கக் கூடாது என்பது உணர்த்தப்பட்டது. இந்தச் செய்தி காவி கூட்டத்தினரிடையே கசிய விடப்பட்டது.' என்று ஹரேன் பான்டியா சாட்சியம் அளித்ததாக நீதிபதி சுரேஷ் அவுட்லுக் பத்திரிக்கையிடம் கூறினார்.

ஹரேன் பான்டியா மேலும் தனது சாட்சியத்தில், 'பொது வேலை நிறுத்தம் நடந்த 28 பிப்ரவரி அன்று, குஜராத் அமைச்சர்கள் அஷோக் பட் மற்றும் ஐகே.ஜடேஜா ஆகியோர் காவல் கட்டுப்பாட்டு அறையில் இருந்து உத்தரவுகளைப் பிறப்பித்தனர். (இவர்கள் இருவர் மீதும் இன்று வரை ஒரு வழக்கு கூடக் கிடையாது).

கலவரம் தொடங்கினால் ஓரிரு நாட்களில் கட்டுப்படுத்தி விடலாம் என்றுதான் மோடியும் நினைத்தார். ஆனால் அந்த வன்முறையின் வீச்சும் தீவிரமும் நிலைமை தனது கைமீறிப் போய் விட்டதை மோடிக்கு உணர்த்தின. இந்த வன்முறை கோத்ராவோடு நின்றிருந்தால், எரிக்கப்பட்ட 60 பேருக்கு பதிலாக நூறு பேர் இறந்திருப்பார்கள். கலவரம் கோத்ராவோடு முடிந்திருக்கும். ஆனால் கலவரத்தை அகமதாபாத்துக்கு அழைத்து வந்தார் மோடி. அது மாநிலம் முழுவதும் பரவியது.' என்றார்

ஹரேன் பான்டியா பின்னர் பத்திரிக்கை ஒன்றுக்கு அளித்த பேட்டியில் 'மோடி என்றுமே அரசியல்வாதியாக இருந்தது கிடையாது. அவர் ஒரு ஆர்எஸ்எஸ் பிரச்சாரக் (முழுநேர ஆர்எஸ்எஸ் தொண்டர்) மட்டுமே. மோடியால் நீண்ட நாள் பிரச்சாரக்காக இருந்திருக்க முடியாது. ஏனென்றால் மற்ற பிரச்சாரக்குகளைப் போல, மோடியால் எளிமையான வாழ்க்கையை வாழ முடியாது. ஒரு ராஜாவைப் போல வாழ்ந்தார்.

'ஒரு நாள் பஞ்சாயத்துத் தேர்தல்களில் பிஜேபி தோற்றது எங்களுக்கு அதிர்ச்சியாக இருந்தது. அடுத்து நடந்த சபர்மதி மற்றும் சபர்கந்தா பாராளுமன்றத் தொகுதி இடைத் தேர்தல்களில் பிஜேபி தோற்றதும், அடுத்த சட்டமன்ற பொதுத் தேர்தல்களில் நாங்கள் தோல்வியைச் சந்திக்கப் போகிறோம் என்பது எங்களுக்குப் புரிந்தது.

'அந்த நேரத்தில்தான் மோடி உள்ளே நுழைந்தார். அடுத்த தேர்தலில் பிஜேபியை வெற்றி பெற வைப்பதாக பிஜேபி தலைமைக்குக்

கூறினார். முதல்வராக பதவியேற்று ஐந்தரை மாதங்கள் கடந்த பிறகுதான் மோடிக்கு, தனது முகத்தை மட்டும் வைத்துக் கொண்டு தேர்தலில் வெற்றி பெற முடியாது என்பது புரிந்தது. வகுப்புவாதத்தினால் மட்டுமே, வெற்றி பெற முடியும் என்பதை மோடி உணர்ந்தார். ஒரே நேரத்தில் ஏராளமான பசுக்கள் கொல்லப்பட்டன என்று ஒரு வீடியோவை வெளியிட்டு அதன் மூலம் கலவரத்தை உருவாக்கலாம் என்று ஒரு திட்டம் இருந்தது. ஆனால், அதற்குள் கோத்ரா நடைபெற்றது.'

இது குறித்து அரசல் புரசலாக தகவல்கள் வெளியே கசிந்தாலும்கூட, வெளிப்படையாக இது ஹரேன் பான்டியா தான் என்று தகவல்கள் வெளியாகவில்லை.

மோடிக்கு அரசல் புரசலாக இந்த விபரம் தெரிந்து, தன் அதிகார அமைப்புகளைப் பயன்படுத்தி ஹரேன் பான்டியாவை கண்காணிக்கத் தொடங்கினார். மோடியின் தலைமை செயலர் பி.கே.மிஸ்ரா மாநில உளவுத்துறையின் டைரக்டர் ஜெனரலுக்கு பான்டியா என்ன செய்கிறார், குறிப்பாக விசாரணைக் குழு உறுப்பினர்களை சந்தித்துப் பேசுகிறாரா என்பதைக் கண்காணிக்குமாறு உத்திரவிடுகிறார்.

அந்த ஆண்டு ஜுன் 7 அன்று உளவுத் துறை இயக்குநர் இவ்வாறு பதிவு செய்கிறார். 'ஹரேன்பாய் பான்டியாவுக்கு (விசாரணை ஆணைய சாட்சியம் அளித்ததில் ஏதோ சம்பந்தமிருக்கிறது. 9824030629 எண் தொடர்பான அனைத்து அழைப்புகள் குறித்த விவரங்களையும் பெற்றுத் தர வேண்டும் என்று தலைமைச் செயலாளர் மிஸ்ரா கோருகிறார்.

'ஒரு வாரம் கழித்து 12 ஜுன் 2002 அன்று உளவுத் துறை இயக்குநர் மீண்டும் ஒரு பதிவு செய்கிறார். அதில் 'கிருஷ்ணய்யர் விசாரணை ஆணையத்தின் முன் சாட்சியம் அளித்த அமைச்சர் ஹரேன் பான்டியாதான். இதை எழுத்துப்பூர்வமான தர இயலாது.

'உளவுத் துறைக்கான விதிமுறைகளின்படி (Bombay Police Manual for State Intelligence Bureau) ஒரு அமைச்சரை வேவு பார்க்க முடியாது. 9824030629 என்ற தொலைபேசி எண், அமைச்சர் ஹரேன் பான்டியாவுடையதுதான்' என்று அந்தப் பதிவில், குஜராத் உளவுத் துறை இயக்குநர் குறிப்பிடுகிறார்.

ஹரேன் பான்டியா சாட்சியமளித்த விவகாரத்தை குஜராத் ஊடகங்களில் மோடி கசிய விடுகிறார். கட்சி நடவடிக்கை எடுத்த

பிறகு, ஹரேன் பான்டியா தன் அமைச்சர் பதவியை ராஜினாமா செய்கிறார். அந்த ஆண்டு இறுதியில், டிசம்பரில் குஜராத் சட்டப் பேரவை பொதுத் தேர்தல் வருகிறது. அப்போது அதே எல்லிஸ் ப்ரிட்ஜ் தொகுதியில் போட்டியிட வேண்டும் என்று ஹரேன் பான்டியா கோருகிறார். 15 ஆண்டுகளாகத் தொடர்ந்து போட்டியிட்டு வென்ற தொகுதி என்று கேட்கிறார். ஆனால் மோடி பிடிவாதமாக மறுக்கிறார்.

நவம்பர் மாத இறுதியில் சங் பரிவார அமைப்பின் மூத்தத் தலைவர்களில் ஒருவரான மதன்தாஸ் தேவி, மோடியைச் சந்திக்கிறார். ஆர்எஸ்எஸ் தலைவர் கே.எஸ். சுதர்ஷன், துணைத் தலைவர் மோகன் பகவத், வாஜ்பாய், அத்வானி அனைவருமே ஹரேன் பான்டியா மீண்டும் எல்லிஸ் பிரிட்ஜ் தொகுதியில் போட்டியிட விரும்புகின்றனர். தேவையில்லாமல் கட்சிக்குள் பிளவுகளை உருவாக்கவேண்டாம் என்று வாதாடினார். மோடி ஒப்புக் கொள்ளவேயில்லை.

மதன் தாஸ் தேவிக்கே இல்லை என்று சொன்ன நிலையில் ஆர்எஸ்எஸ் தலைமையகத்தில் ஃபோனில் தொடர்பு கொண்டு மீண்டும் வற்புறுத்துவார்கள் என்பதை உணர்ந்து உடல் சோர்வு என்று மருத்துவமனையில் உள் நோயாளியாகப் படுத்துக் கொண்டார்.

பான்டியா மருத்துவமனைக்கு நேரே சென்று மோடியிடம் ‘இப்படி யெல்லாம் பயந்தாங்கொள்ளித்தனமாக ஓடி ஒளிய வேண்டாம். இப்போது என்னிடம் துணிச்சலுடன் சொல்லுங்கள் அத்தொகுதி எனக்கில்லை என்று’ என நேரடியாக கேட்டதாகக் கூறுகிறார்கள். ஆனால் மோடி அசரவேயில்லை.

மருத்துவமனையிலிருந்து இரண்டு நாட்கள் கழித்துத் திரும்பிய மோடி எல்லிஸ் பிரிட்ஜ் தொகுதியை புதிய நபர் ஒருவருக்கு ஒதுக்கினார். டிசம்பர் தேர்தல்களில் பாஜக மகத்தான வெற்றி பெற்றது. பான்டியாவின் அரசியல் வாழ்வு ஏறக்குறைய அத்தோடு முடிவடைந்தது.

ஆனால் ஆர்எஸ்எஸ் மற்றும் பிஜேபிக்கு, ஹரேன் பான்டியாவை இழக்க மனமில்லை. ஆகவே அவரை, டெல்லிக்கு அழைத்து அதிகாரப்பூர்வ பேச்சாளராகவும், தேசிய செயலாளராகவும் நியமிக்கத் திட்டமிடுகின்றனர். அதையும் தடுக்க முயற்சித்தார் மோடி. புது டில்லியிலிருந்து ஹரேன் இன்னும் சிக்கல்களை

உருவாக்கலாம் என்ற அச்சம் அவருக்கு இருந்தது. தன்னுடைய செல்வாக்கால், ஹரேன் பான்டியாவுக்கு அந்தப் பதவியைக் கிடைக்காமல் செய்ய முயற்சி செய்தார். ஆனால், மார்ச் 2003ல், உடனடியாக புது தில்லி வருமாறு ஹரேன் பான்டியாவுக்கு அழைப்பு வந்தது.

அழைப்பு வந்த மறு நாள், 26 மார்ச் 2003 அன்று அடையாளம் தெரியாத நபர்களால் சுட்டுக் கொல்லப்பட்டார் ஹரேன் பான்டியா. குஜராத் உள்துறை அமைச்சராக இருந்த ஹரேன் பான்டியாவின் உடல், மூன்று மணி நேரம் யாராலும் அடையாளம் காணப்படாமல், அவரது காரில் அனாதையாகக் கிடந்தது.

விசாரணையை மிகக் கவனமாக சிபிஐ வசம் ஒப்படைத்தார் மோடி. அப்போது பிஜேபி ஆட்சி. உள்துறை அமைச்சராக மோடியின் காட்ஃபாதர் அத்வானி இருந்தார்.

பாகிஸ்தான் உளவு நிறுவனமான ஐஎஸ்ஐ மற்றும் லஷ்கர் ஏ தொய்பா கூட்டுச் சதியில் 14 பேர் ஹரேன் பான்டியாவைக் கொலை செய்தனர் என்று சிபிஐ குற்றப் பத்திரிக்கை தாக்கல் செய்தது. விசாரணை நீதிமன்றம் இதில் பலருக்கு ஆயுள் தண்டனை விதித்தாலும், குஜராத் உயர் நீதிமன்றம் 29 செப்டம்பர் 2011 அன்று அனைத்துக் குற்றவாளிகளையும் விடுதலை செய்தது.

குற்றவாளிகளை விடுதலை செய்த குஜராத் உயர்நீதிமன்ற நீதிபதிகள் டிஎச்.வகேலா மற்றும் ஜேசி.உபாத்யாயா ஆகியோர் தங்கள் தீர்ப்பில் இவ்வாறு குறிப்பிட்டனர்.

‘வழக்கின் ஆவணங்களை பரிசீலிக்கையில், பான்டியாவின் கொலை வழக்கு விசாரணை, வேண்டுமென்றே சிக்கலாக்கப்பட்டு ஒழுங்காக விசாரிக்கப்படவில்லை என்பதை உணர்த்துகிறது. இவ்வழக்கின் புலனாய்வு அதிகாரிகள், தங்களின் தவறான புலனாய்வால், அநீதி இழைத்துள்ளனர். பலரின் வாழ்க்கை சீரழிக்கப்பட்டுள்ளது. பொது மக்களின் வரிப் பணம் மற்றும் நேரம் வீணடிக்கப்பட்டுள்ளது’ என்று குறிப்பிட்டனர்.

கலவரங்களுக்குப் பிறகு ஓராண்டுக் காலம் மாநில புலனாய்வுத் துறைத் தலைவராயிருந்த ஆர்.பி.ஸ்ரீகுமார், ஹரேன் பான்டியாவின் நடமாட்டங்கள் சந்திப்புகள் பற்றித் தொடர்ந்து முதல்வர் அலுவலகம் தகவல் கேட்டுக் கொண்டே இருந்தது என்கிறார்.

குஜராத்தில் உள்துறை அமைச்சராக இருந்த ஜடாஃபியா ஒரு பேட்டியில் இவ்வாறு கூறினார்: 'மோடி தான் கொலைக்குப் பின்னணியில் இருந்தார் என நான் சொல்லவில்லை. அப்படி ஆதாரம் ஏதும் என்னிடமில்லை. ஆனால் மோடியை எதிர்ப்பவர் களின் அரசியல் வாழ்க்கை முடிவுக்கு வந்துவிடுகிறது அல்லது அவர்கள் இறந்தே போகின்றனர் என்பதை நாம் கவனிக்க வேண்டும்.'

இது போக யார் யாரெல்லாம் பான்டியா கொலை வழக்கு விசாரணை நடத்தியிருக்கின்றனர் பாருங்கள் : குஜராத் மாநில கூடுதல் டிஜிபி வன்ஜாரா. இவர் சோராபுதீன் சேக் போலி என்கவுன்டர் வழக்கில் சிறை சென்றவர். மற்றொருவர் அபய் சூடாஸ்மா. அவர் சோராபுதீன் மற்றும் அவரது மனைவியைக் கொலை செய்தது தொடர்பான வழக்கில் வன்ஜாராவுக்கு உடந்தை என்று கைதாயிருப்பவர். மோடிக்கு நெருக்கமானவரும் தற்போதைய பாஜக தலைவருமான அமித் ஷா தலைமையிலான மிரட்டிப் பணம் பறிக்கும் கும்பலைச் சேர்ந்த இரண்டு அதிகாரிகளும் இருந்தனர் என்று கூறப்படுகிறது.

ஹரேன் பான்டியாவை யார் கொன்றது என்பது இன்று வரை தெரியவில்லை. இது தொடர்பான முழுமையான புலனாய்வு நடத்தப்படவேயில்லை.

ஹரேன் பான்டியா கொலை வழக்கில் அனைவரும் விடுதலை செய்யப்பட்டதும், அகமதாபாத் டைம்ஸ் ஆஃப் இந்தியாவின் எடிட்டராக இருந்த கிங்ஷுக் நாக் இவ்வாறு எழுதுகிறார். 'அகமதாபாத் உயர் நீதிமன்றம் ஹரேன் பான்டியா வழக்கில் அனைவரையும் விடுதலை செய்து, வழக்கின் புலனாய்வில் ஓட்டை களை சுட்டிக் காட்டியிருந்ததைப் படித்தபோது, எனக்கு வியப் பேதும் ஏற்படவில்லை. ஏனென்றால், வழக்கின் புலனாய்வை சிபிஐ தொடங்கியபோது, என் அலுவலகத்துக்கு சிபிஐ டிஎஸ்பி ஒருவர் வந்தார். வந்தவர், என்னைப் பார்த்து, ஹரேன் பான்டியா கொலையாளிகள் அவர் எங்கே இருக்கிறார் என்பதை டைம்ஸ் ஆஃப் இந்தியா நாளேட்டைப் பார்த்துத்தான் தெரிந்து கொண்டுள்ளார் கள். இது குறித்து ஏதாவது தகவல் தர முடியுமா என்று கேட்டார்.

'நான் அதிர்ந்து போனேன். ஹரேன் பான்டியாவைக் கொலை செய்ததாக சொல்லப்பட்டவர்கள் அறை எடுத்துத் தங்கியிருந்ததற்கு அக்கம்பக்கத்தில் உள்ளவர்கள், 'குற்றம்சாட்டப்பட்டவர்கள் டைம்ஸ் ஆஃப் இந்தியா நாளேட்டை மட்டுமே வாங்குவார்கள்' என்று தகவலைக் கூறினார்களாம். இப்படி நடந்த புலனாய்வில்

எப்படி சிபிஐயை உண்மையைக் கண்டுபிடிக்கும் என்ற சந்தேகம் எனக்கு அப்போதே இருந்தது' என்று கூறுகிறார் கிங்ஷுக் நாக்.

3 நவம்பர் 2018 அன்று சோராபுதீன் சேக் போலி என்கவுன்டர் வழக்கில் சாட்சியமளித்த, சோராபுதீன் சேக்கின் கூட்டாளி, ஆஸாம் கான், 'குஜராத் காவல்துறை அதிகாரி வன்ஸாராதான், ஹரேன் பான்டியாவை கொல்லும் உத்தரவை, இறந்து போன சோராபுதீன் சேக்குக்கு வழங்கினார்' என்று சாட்சியம் அளித்தார்.

மோடியின் உண்மை முகம் தெரிந்தவர்கள் வாய் திறந்தால் என்னவாகும் என்பது தெரிகிறதா?

7

இஷ்ரத் ஜஹான் போலி என்கவுண்டர்

தனது புகழை உயர்த்திக் கொள்ளவும், தனது சொந்த நலன்களுக் காகவும், எந்த எல்லைக்கும் செல்லத் தயங்காதவர் நரேந்திர மோடி என்பதை குஜராத் கலவரப் படுகொலைகளில் பார்த்தோம். காவல் துறையைப் பயன்படுத்தி ஓர் இளம்பெண்ணையும், வேறு மூவரையும் மோடி தலைமையிலான அரசு எப்படி அழித்தது என்பதைப் பார்ப்போம்.

அகமதாபாத் காவல் கட்டுப்பாட்டு அறைக்கு 15, ஜூன் 2004 அன்று காலை 5 மணிக்கு ஒரு அழைப்பு வருகிறது. 'காஷ்மீரைச் சேர்ந்த 4 தீவிரவாதிகள் காஷ்மீரிலிருந்து ஒரு நீல நிற இன்டிகா காரில் அகமதாபாத் நகரில் பயணம் செய்து கொண்டிருந்தனர். அவர்கள் குஜராத் முதல்வர் நரேந்திர மோடியை கொலை செய்யும் நோக்கத்தோடு குஜராத்துக்கு வருகை தந்துள்ளனர்' என்றது அந்த அழைப்பு. தகவல் அறிந்த குஜராத் காவல்துறையினர் தீவிரவாதி களைக் கைது செய்ய விரைகின்றனர்.

வாகனத்தை இடைமறித்து அவர்களைக் கைது செய்ய முனைந்த போது, காரினுள் இருந்தவர்கள் துப்பாக்கிகளை எடுத்து காவல் துறையினரை நோக்கிச் சுடுகின்றனர். காவல்துறையினர் பதிலுக்கு திருப்பிச் சுட்டதில், நான்கு தீவிரவாதிகளும் இறந்து போகின்றனர். அவர்கள் ஜிஷான் ஜோகர், அம்ஜத் அலி அக்பர் அலி ராணா, ஜாவேத்

ஷேக் மற்றும் இஷ்ரத் ஜகான் என்கிற பெண் என்று அடையாளம் காணப்படுகின்றனர்.

இதுதான் குஜராத் காவல்துறை உலகுக்குச் சொன்ன தகவல். சரியாக ஒரு மாதம் கழித்து, பாகிஸ்தானைச் சேர்ந்த காஸ்வா டைம்ஸ் என்ற ஒரு பத்திரிகை, இஷ்ரத் ஜஹான் என்பவர் லஷ்கர் ஏ தொய்பா அமைப்பைச் சேர்ந்தவர் என்று ஒரு செய்தி வெளியிட்டதை இந்திய ஊடகங்கள் வெளியிட்டன. இரண்டு ஆண்டுகள் கழித்து லஷ்கர் அமைப்பு அப்படி வெளியிடப்பட்ட செய்தி தவறென்று கூறியது.

2004ம் ஆகஸ்ட் மாதத்தில், இஷ்ரத் ஜஹானின் தாயார் ஷமீமா கவுசர் குஜராத் உயர் நீதிமன்றத்தில், தன் மகள் கொலையின் உண்மை அறிந்திட சிபிஐ விசாரணை வேண்டி ஒரு மனு தாக்கல் செய்கிறார். குஜராத் உயர் நீதிமன்றம், எஸ்பி.தமாங் என்ற நீதித்துறை நடுவர் தலைமையில் விசாரணை நடத்த உத்தரவிடுகிறது.

எஸ்பி.தமாங் ஒரு விரிவான விசாரணையை நடத்தி 143 பக்க அறிக்கையை அளிக்கிறார். அந்த அறிக்கையில் பல உண்மைகளை அவர் பட்டியலிட்டிருந்தார்.

இஷ்ரத் ஜஹான் ஒரு தீவிரவாதி என்பது போன்ற தோற்றத்தை உருவாக்க வேண்டும் என்பதற்காக, 90 துப்பாக்கி குண்டுகளை அவர் வந்த வாகனத்துக்குள் வைத்தனர் காவல்துறையினர். அவற்றில் பல குண்டுகள் துருப்பிடித்திருந்தன என்பது தடயவியல் சோதனையில் தெரிய வந்தது. அவர்கள் வந்த கார் டிக்கியில் 17 கிலோ எடை கொண்ட ஒரு மஞ்சள் பவுடர் அடங்கிய கவர் கைப்பற்றப்பட்டது. தடயவியல் சோதனையில் அது சல்பர் மற்றும் யூரியா என்று தெரிய வந்தது. ஆனால் இப்படி ஒரு பொருள் கைப்பற்றப்பட்டது குறித்து, புகார் அளித்த பர்மர் என்ற ஆய்வாளர் குறிப்பிடவில்லை. அதே போல காரில் இருந்து கைப்பற்றப்பட்ட 2 லட்சம் பணமும் காவல் துறையினர் வைத்ததுதான். அதே போல இறந்தவர்களிடமிருந்து கைப்பற்றப்பட்ட சேட்டிலைட் போன் குறித்தும் புகாரில் குறிப்பிடப்படவில்லை.

இஷ்ரத் ஜஹான், கொல்லப்பட்ட மற்றொருவரான ஜாவேத் என்பவரின் கடையில் விற்பனையாளராக வேலை பார்த்து வந்துள்ளார். 12 ஜூன் 2004 அன்று ஜாவேத் மற்றும் இஷ்ரத் ஜஹான் மும்பையிலிருந்து குஜராத் காவல்துறையினரால் கடத்தப்பட்டு குஜராத் அழைத்து வரப்பட்டனர். அடுத்த இரண்டு நாட்களுக்கு இஷ்ரத் ஜஹான் சட்டவிரோதமாக அடைத்து வைக்கப் பட்டிருந்தார்.

அவர்கள் குஜராத் அழைத்து வரப்பட்டு 14 ஜூன் 2004 அன்று காரில் அமர்ந்த நிலையிலேயே குஜராத் காவல் துறையினரால் சுட்டுக் கொல்லப்படுகின்றனர். கொல்லப்பட்ட பிறகு, ஏகே 56 மற்றும் பிஸ்டல்களை இறந்தவர்களின் உடல் அருகே போடுகின்றனர். அனைவரும் இறந்த பிறகு, இறந்தவர்களின் உடல் அடங்கிய கார் வேறொரு வாகனத்தால் கயிற்றின் மூலம் சம்பவம் நடந்த இடத்துக்கு இழுத்து வரப்படுகிறது.

'இறந்தவர்களின் கார் அருகே இருந்து காவல்துறையின் வாகனங்கள் மற்றும் சாலையை நோக்கியும் துப்பாக்கியால் காவல்துறையினர் சுடுகிறார்கள். பிறகு இறந்த நான்கு பேரின் உடல்கள் அருகேயும் துப்பாக்கிகள் போடப்படுகின்றன. இறந்தவர்கள் தீவிரவாதிகள் கிடையாது என்பதும் என் விசாரணையில் தெரிய வருகிறது. குஜராத் முதல்வரிடம் நல்ல பெயர் பெற வேண்டும் என்பதற்காகவும், விருதுகளும் பதவி உயர்வும் பெற வேண்டும் என்பதற்காகவுமே குஜராத் காவல்துறையினர் கூட்டுச் சதியில் ஈடுபட்டு நான்கு அப்பாவிகளை சுட்டுக் கொன்றுள்ளனர்' என்று அறிக்கை அளித்தார்.

நீதித்துறை நடுவர் தமாங் செப்டெம்பர் 2009ல் இந்த அறிக்கையை அளித்தார். இரண்டே நாட்களில் மோடியின் குஜராத் அரசு இந்த அறிக்கைக்கு குஜராத் உயர் நீதிமன்றத்தில் தடை உத்தரவு பெற்றது. இருப்பினும் இஷ்ரத் ஜஹானின் தாயார் விடாமல் நீதிமன்றத்தில் போராடுகிறார். அவர் போராட்டத்துக்கு அவ்வப்போது நிவாரணங் கள் கிடைக்கத்தான் செய்தது. ஆகஸ்ட் 2010ல், குஜராத் உயர் நீதிமன்றம், இஷ்ரத் ஜஹான் போலி என்கவுன்டர் வழக்கை சிறப்புப் புலனாய்வுக் குழு விசாரணைக்கு மாற்றி உத்தரவிட்டது.

சிறப்புப் புலனாய்வுக் குழு விசாரணை நடத்திக் கொண்டிருக்கை யில் அந்த விசாரணைக்கு எப்படியெல்லாம் முட்டுக்கட்டைகள் போட முடியுமோ அத்தனையையும் செய்தார் மோடி. இந்தப் போலி என்கவுன்டரில் சம்பந்தப்பட்ட முக்கிய அதிகாரிகள் கூடுதல் டிஜிபி பாண்டே, டிஐஜி ஜிஎல்.சிங்கால் மற்றும் தருண் பரோட் ஆகியோரை தற்போது உள்ள பணியிடத்திலிருந்து மாறுதல் செய்ய வேண்டும் என்று எஸ்ஐடி கோரிக்கை விடுத்தது. ஆனால் மோடி அதைக் காதில் வாங்கிக் கொள்ளவேயில்லை.

குஜராத் உயர் நீதிமன்றம் நீதிமன்ற அவமதிப்பு நடவடிக்கை எடுக்கப்படும் என்று எச்சரித்த பிறகே அந்த அதிகாரிகள் மாற்றப் பட்டனர். சிறப்புப் புலனாய்வுக் குழு விசாரணை பாதி கட்டத்தைத்

தாண்டிய நிலையில் கூட, அதற்கு முட்டுக்கட்டை போட மோடி முயன்றார். என்கவுன்டர்கள் தொடர்பாக விசாரணை நடத்த குஜராத் மாநில காவல் துறையில் ஒரு சிறப்புப் படை உருவாக்கப்பட்டுள்ளது என்றும், அந்தப் பிரிவிடம் இந்த விசாரணையை ஒப்படைக்க வேண்டும் என்றும் நீதிமன்றத்தின் முன் கோரிக்கை வைக்கப்பட்டது. ஆனால் அந்த வேண்டுகோளை நீதிமன்றம் நிராகரித்தது.

சிறப்புப் புலனாய்வுக் குழு விசாரணை நடந்து கொண்டிருக்கையிலேயே, பல சாட்சிகள், அவர்கள் ஏற்கெனவே அளித்திருந்த சாட்சியங்களில் இருந்து மாறினார்கள். எஸ்ஐடியின் உறுப்பினராக இருந்த சதீஷ் சர்மா என்ற ஐபிஎஸ் அதிகாரி, இந்த விபரங்களை நீதிமன்றத்தின் முன் தெரிவித்தார். இதற்குக் கடுமையான கண்டனங்களை நீதிமன்றம் பதிவு செய்தது.

இந்த விபரங்களைப் பரிசீலித்த நீதிமன்றம், சிறப்புப் புலனாய்வுக் குழுவை, இஷ்ரத் ஜஹான் என்கவுன்டர் தொடர்பாக புதிய எப்ஐஆரை பதிவு செய்யுமாறு உத்தரவிட்டது.

டிசம்பர் 1, 2011 அன்று குஜராத் உயர் நீதிமன்றம் இந்த வழக்கை சிபிஐக்கு மாற்றி உத்தரவிட்டது. அதன் பிறகே விசாரணை சூடு பிடித்தது. ஒன்றரை ஆண்டு கால விசாரணைக்குப் பிறகு, சிபிஐ, தனது முதல் குற்றப் பத்திரிக்கையைத் தாக்கல் செய்தது.

சிபிஐ அதன் குற்றப்பத்திரிக்கையில் இந்தப் போலி என்கவுன்டர் மத்திய உளவுப் பிரிவும், குஜராத் மாநிலக் காவல்துறையும் சேர்ந்து நடத்தியது என்று கூறியிருந்தது. குஜராத் மாநிலக் குற்றப் பிரிவு கூடுதல் டிஜிபி வன்ஸாரா மற்றும் மத்திய உளவுப் பிரிவு ஐஜி ராஜேந்தர் குமார் ஆகியோர் இணைந்து நடத்திய சம்பவம் இது. இஷ்ரத் ஜஹான் உள்ளிட்ட நால்வர் குஜராத்திலேயே வைத்துக் கடத்தப்பட்டனர் என்றும், பின்னர் 15 ஜுன் 2004 அன்று கைகள் மற்றும் கண்கள் கட்டப்பட்டு சுடப்பட்டனர் என்றும் சிபிஐ கூறியது.

குஜராத் மாநிலக் காவல்துறை அதிகாரிகள் மீது முதல் குற்றப் பத்திரிக்கை தாக்கல் செய்த சிபிஐ, மத்திய உளவுப் பிரிவு அதிகாரிகள் மீது விசாரணையைத் தொடர்ந்து நடத்தியது. அந்தக் குற்றப் பத்திரிக்கையில் சிபிஐ குறிப்பிட்டிருந்த மிக முக்கியமான விஷயம் என்ன தெரியுமா?

இந்தப் போலி என்கவுன்டரை நடத்த குஜராத் முதல்வர் மோடியும், குஜராத் உள்துறை அமைச்சர் அமித் ஷாவும் அனுமதி அளித்தனர் என்பதே.

மத்திய உளவுப் பிரிவு அதிகாரிகளுக்கும் இந்தப் போலி மோதல் படுகொலையில் தொடர்பு உள்ளது சிபிஐ விசாரணையில் தெரிய வந்ததால், சிபிஐ, மத்திய உளவுத் துறை அதிகாரிகள் மீது தனியாக ஒரு குற்றப் பத்திரிக்கை தாக்கல் செய்தது. ஆனால் மத்திய உள்துறை அமைச்சகம் இவர்கள் மீது வழக்குத் தொடுப்பதற்கான அனுமதியை அளிக்கவில்லை.

முதல் குற்றப் பத்திரிக்கையில் குற்றம் சாட்டப்பட்ட டிஜி வன்ஸாரா மற்றும் என்கே அமீன் ஆகியோர் மீது வழக்குத் தொடுப்பதற்கும் மத்திய அரசு அனுமதி மறுத்த காரணத்தால் இவ்வழக்கு விசாரணை கொஞ்சமும் முன்னேற்றம் காணாமல் அப்படியே உள்ளது. ஒவ்வொரு கட்டத்திலும் இவ்வழக்கின் விசாரணையைத் தடுப்பதற்கும் முடக்குவதற்கும், மோடி மற்றும் அமித் ஷா ஆகியோர் முயற்சி எடுத்துக் கொண்டே இருந்தனர் என்பது குறிப்பிடத்தக்கது. இவ்வழக்கில் முக்கிய பங்கு வகித்த டிஜிபி பாண்டேவை, குஜராத் நீதிமன்றம் 2018 ஆண்டு பிப்ரவரியில் விடுவித்தது. இஷ்ரத் உள்ளிட்டோரின் கொலையில் பாண்டேவின் பங்கு முக்கியமானது என்று சிபிஐ குறிப்பிட்டிருந்தது. நீதிமன்றத்தின் இந்த உத்தரவை எதிர்த்து சிபிஐ இது வரை மேல் முறையீடு செய்யவேயில்லை.

2016ம் ஆண்டு இவ்வழக்கில் ஏன் எவ்வித முன்னேற்றமும் இல்லை என்று எதிர்க்கட்சிகள் கேள்வி எழுப்பியபோது பதிலளித்த உள்துறை அமைச்சர் ராஜ்நாத் சிங், இவ்வழக்கில் முக்கியமான ஐந்து ஆவணங்கள் காணாமல் போய் விட்டதாகவும், அது குறித்து விசாரணை நடத்தப்பட உள்ளதாகவும் கூறினார். பின்னர், மத்திய உள்துறையில் கூடுதல் செயலாளராக இருந்த பிரசாத் என்பவர் மற்றொரு உள்துறை அதிகாரியோடு பேசிய உரையாடலை இந்தியன் எக்ஸ்பிரஸ் பத்திரிக்கை வெளியிட்டது. அதில் அந்தக் கூடுதல் செயலர், இது தொடர்பாக விசாரணை நடந்து வருகிறது. அந்த விசாரணையில் இஷ்ரத் ஜஹான் தொடர்பான ஆவணங்கள் எங்கே என்று கேட்டால் அதை நான் பார்த்ததே கிடையாது என்று சொல்ல வேண்டும் என்று கூறினார். இந்த ஆவணங்கள் எல்லாம் வெளியாகியும் கூட, இவ்வழக்கில் எவ்வித முன்னேற்றமும் ஏற்படவில்லை.

இவ்வழக்கின் புலனாய்வு நடந்து கொண்டிருக்கும்போதே, அமெரிக்காவைச் சேர்ந்த தீவிரவாதி டேவிட் ஹெட்லி தனது வாக்குமூலத்தில் இஷ்ரத் ஜஹான் தீவிரவாதிதான் என்று கூறியதாக செய்தி வெளியானது. இச்செய்திகள் வெளியானதும், பிஜேபியினர் உரத்த குரலில் ஒரு தீவிரவாதி இறந்ததற்கு மனித உரிமை

ஆர்வலர்களும், காங்கிரஸ் கட்சியினரும் நீலிக் கண்ணீர் வடிக்கின்றனர் என்றனர்.

இஷ்ரத் தீவிரவாதியா இல்லையா என்பது கேள்வி அல்ல. சட்டத்தின் ஆட்சி நடக்கும் ஒரு ஜனநாயக நாட்டில், தீவிரவாதி என்று சந்தேகம் ஏற்பட்டதுமே, எவ்வித விசாரணையும் இல்லாமல் நடு ரோட்டில் வைத்துச் சுடுவதற்கு காவல்துறைக்கு யார் அனுமதி அளித்தது என்பதே கேள்வி.

இந்த என்கவுன்டர் இயல்பாக நடந்தது கிடையாது. 2002ல் நடந்த கலவரங்களை நியாயப்படுத்துவதற்காகவே இஷ்ரத் ஜஹான் போன்ற போலி என்கவுன்டர்களை அரங்கேற்றப்பட்டன. மோடியின் நோக்கம், இஸ்லாமியர்கள் அனைவருமே தீவிரவாதிகள் என்னும் பிம்பத்தைக் கட்டமைப்பதுதான்.

நான்கு பேர் இறந்திருக்கையில் இஷ்ரத் ஜஹான் மீது மட்டும் அனைவரின் பார்வையும் விழக் காரணம் என்பது அவர் பெண் என்பதனால் மட்டுமல்ல, அவர் ஏதுமறியாத அப்பாவி என்பதாலும் தான். உடனிருந்தவர்கள் மீது தீவிரவாதிகளோ என்கிற சந்தேகம் இருந்த நிலையில் 19 வயதேயான இஷ்ரத் ஜஹான் வீணாகச் சிக்க வைக்கப்பட்டார் என்று ஊடகங்கள் கேள்வி கேட்டன.

குஜராத்தில் நடக்கும் போலி என்கவுண்டர்கள் மற்றும் மதவாதம் குறித்து ரானா ஐயூப் என்கிற பெண் பத்திரிகையாளர் ஒரு புத்தகம் எழுதினார். அந்தப் புத்தகத்தின் பெயர் Gujarat Files. முழுக்கவும் 'ஸ்டிங் ஆபரேஷன்' எனப்படுகிற புலனாய்வுப் பாணியில் அமைந்த புத்தகம். புலனாய்வு செய்வதற்காக மைதிலி தியாகி என்று தன் பெயரையும் அடையாளத்தையும் மாற்றிக்கொண்ட ரானா அயூப் தன்னை அமெரிக்க திரைப்படக் கல்லூரியின் மாணவி என்று அறிமுகப்படுத்திக் கொண்டு குஜராத்தின் முக்கிய காவல்துறை, அரசு அதிகாரிகளிடம் எட்டு மாத காலம் உரையாடினார். அந்த உரையாடலை அவர் தன்னுடைய புத்தகத்தில் ஆதாரத்தோடு வெளியிட்டார்.

அதில் இஷ்ரத் ஜஹான் குறித்து ஐபிஎஸ் அதிகாரியான ஜி.எல் சிங்காலிடம் பேசியதை இப்படிக் குறிப்பிட்டுள்ளார்

'இறந்தவர்கள் அனைவருமே லஷ்கர் தீவிரவாதிகளா?'

'ஆமாம்.'

'அந்தப் பெண், இஷ்ரத்துமா?'

‘இல்லை. ஆனால் அவளும் அதே சம்பவத்தில் கொல்லப்பட்டாள். அதாவது நான் சொல்ல வருவது என்னவென்றால் அவளும் அதில் இருந்திருக்கலாம் அல்லது இல்லாமலும் இருக்கலாம், அல்லது அவளை ஒரு கேடயம் போல பயன்படுத்தியிருக்கலாம்.’

அந்த நூலில் வந்த உரையாடல்கள் அனைத்தும் உண்மை என்று புத்தகம் வெளியான பின்னர் ஜி.எல். சிங்கலே ஒப்புக்கொண்டார்.

வெளிப்படையாக, அதிகாரிகள் துணையோடு நடந்த ஒரு படுகொலையை விசாரணை செய்து, தவறிழைத்தவர்களுக்குத் தண்டனை பெற்றுத் தரமுடியாத நிலையில்தான் இந்திய நீதித்துறை இருக்கிறது என்பது எத்தனை வேதனையான விஷயம்?

இந்த வழக்கு மற்றும் போலி என்கவுன்டர் வழக்குகளில் நேர்மை யாக விசாரணையை நடத்தியவர்கள் அனைவரும் பழிவாங்கப் பட்டார்கள். விசாரணையை இழுத்து மூட முயன்ற அதிகாரிகள் கவுரவிக்கப்பட்டார்கள்.

அப்படியானால், நேர்மையாக நடக்கும் அதிகாரிகளுக்கு மோடி உணர்த்திய செய்தி ‘என்னைப் பகைத்துக் கொண்டால், உங்கள் வாழ்வை நரகமாக்குவேன்’ என்பதுதானா?

8

அமித் ஷாவைச் சிறைக்கு அனுப்பிய சோராபுதீன் ஷேக் வழக்கு

26 நவம்பர் 2005 அன்று தொலைக்காட்சிகளில் பரபரப்பாக செய்தி ஒன்று வெளியானது. குஜராத் முதல்வர் மோடியைக் கொலை செய்ய திட்டமிட்ட ஒரு இஸ்லாமிய தீவிரவாதியை குஜராத் தீவிரவாத தடுப்புப் படையினர் கைது செய்தனர் என்றும் பாகிஸ்தான் ஐஎஸ்ஐ நிறுவனத்தோடும் லஷ்கர் ஏ தொய்பா தீவிரவாத இயக்கத்தோடும் தொடர்புடைய தீவிரவாதியின் சொந்தக் கிராமத்தில் இருந்து 40 ஏகே 47 ரக துப்பாக்கிகள் கைப்பற்றப்பட்டன என்றும் ஊடகங்களில் செய்தி கசிய விடப்பட்டது. வழக்கம் போல, ஊடகங்கள் பாகிஸ்தானின் நாச வேலைகள் குறித்து விமர்சித்து எழுதின.

பின்னாளில் உண்மை என்ன என்பது தெரியவந்தது. இறந்து போன சோராபுதீன் ஷேக்கின் சகோதரர் ருபாப்புதீன் ஷேக் உச்ச நீதிமன்றத் தலைமை நீதிபதிக்கு எழுதிய ஒரு கடிதத்தின் அடிப்படையில் இந்த வழக்கை குஜராத் காவல்துறை விசாரிக்க வேண்டும் என்று உத்தர விட்டது உச்ச நீதிமன்றம். அதன்படி, கீதா ஜோஹ்ரி என்ற ஐபிஎஸ் அதிகாரியிடம் இந்தப் பணி ஒப்படைக்கப்பட்டது. அவருக்கு உதவியாக ரஜ்னீஷ் ராய் என்ற மற்றொரு அதிகாரியும் நியமிக்கப்பட்டார்.

இந்த விசாரணை உச்ச நீதிமன்றத்தில் நடந்து கொண்டிருக்கும் போதே, குஜராத் அரசு என்கவுன்டர் போலிதான் என்று மனுத்

தாக்கல் செய்தது. பலருக்கும் வியப்பு. என்ன இது குஜராத் அரசே என்கவுன்டர் போலி என்று மனுத் தாக்கல் செய்திருக்கிறதே என்று. பிறகுதான் விஷயம் வெளியே வருகிறது. இந்த என்கவுன்டருக்கான மூலக் காரணமே அமித் ஷாதான். அமித் ஷாவைக் காப்பாற்றத்தான் குஜராத் அரசு அவசர அவசரமாக என்கவுன்டர் போலி என்று விசாரணை சிபிஐ வசம் போய்விடக் கூடாதே என்று மனுத் தாக்கல் செய்தது.

விசாரணையை நடத்தி முடித்தபின், கீதா ஜோஹ்ரி குற்றப்பத்திரிகை தாக்கல் செய்தார். இந்த வழக்கில் ஏற்பட்ட முன்னேற்றங்கள் குறித்து உச்ச நீதிமன்றத்தில் அறிக்கை தாக்கல் செய்யப்பட்டபோது தான் பல்வேறு குறைகளை விசாரணையில் கண்டறிந்தனர் நீதிபதிகள். சோராபுதீன் ஷேக் என்ற நபரோடு சேர்ந்து காணாமல் போன துள்சிராம் பிரஜாபதி என்பவர் குறித்து குஜராத் காவல்துறை எந்தத் தகவலும் தெரிவிக்காமலேயே விசாரணையை முடித்திருந்தனர். 'கீதா ஜோஹ்ரி இந்த விசாரணையை சரியான முறையில் நடத்த வில்லை' என்று குறிப்பிட்ட நீதிபதிகள், 12 ஜனவரி 2010 அன்று சிபிஐக்கு மாற்றி உத்தரவிட்டனர்.

சிபிஐயின் குற்றப்பத்திரிக்கை ஒரு திரைக்கதையைப் போல விரிகிறது.

ராஜஸ்தானில் மார்பிள் வியாபாரம் அதிகமாக நடந்த பகுதிகளில், சோராபுதீன் ஷேக் ஒரு பெரிய ரவுடியாகத் திகழ்ந்தார். மார்பிள் வியாபாரம் செய்பவர்களை அணுகி மிரட்டிப் பணம் பறிப்பதையே வேலையாக வைத்திருந்தார். மரியம் மார்பிள்ஸ் என்ற நிறுவனத்திடம் பணம் கேட்டு மிரட்டுகிறார் சோராபுதீன் ஷேக். மரியம் மார்பிள்ஸ் நிறுவனத்தினர் சோராபுதீன் ஷேக்கையும் அவர் கூட்டாளிகளையும் ராஜஸ்தான் போலீசாரை வைத்து கைது செய்ய வைக்கின்றனர். பின்னர் ஜாமீனில் வருகிறார் சோராபுதீன் ஷேக். அவருக்குப் போட்டியாக இருந்த மற்றொரு ரவுடியையும் தீர்த்துக் கட்டியபின், சோராபுதீன் ஷேக்கின் ஆட்டம் மிகவும் அதிகமானது.

ராஜஸ்தான் மார்பிள் வியாபாரிகள், சோராபுதீன் ஷேக்கை எப்படி யாவது தீர்த்துக் கட்ட வேண்டும் என்று ராஜஸ்தான் காவல்துறையை யும், குஜராத் காவல் துறையையும் அணுகுகிறார்கள். எதுவும் நடக்கவில்லை. இறுதியாக அவர்கள் அப்போது குஜராத் உள்துறை அமைச்சராக இருந்த அமித் ஷாவை அணுகுகிறார்கள். அமித் ஷா, சோராபுதீனை காலி செய்யும் பணியை டிஜி வன்சாராவிடம் ஒப்படைக்கிறார்.

குஜராத் காவல் துறை சோராபுதீன் ஷேக்கைக் கைது செய்ய வேண்டும் என்றால் அவர் மீது ஏதாவது ஒரு வழக்கு இருக்க வேண்டும். ஆனால் அவர் மீது எந்த வழக்கும் நிலுவையில் இல்லை. எனவே, சோராபுதீன் ஷேக்கோடு பழக்கத்தில் இருந்த குஜராத் ஐபிஎஸ் அதிகாரியான அபஸ் சுடாஸ்மாவிடம் பொறுப்பு ஒப்படைக்கப் படுகிறது.

குஜராத்தைச் சேர்ந்த ராமன் படேல் மற்றும் தசரத் படேல் ஆகியோர் பாப்புலர் மார்பிள்ஸ் என்ற நிறுவனத்தை அகமதாபாத்தில் நடத்தி வருகிறார்கள். அவர்கள் பெரும் செல்வந்தர்கள். அவர்களின் நிறுவனத்துக்குச் சென்று, யாருக்கும் காயம் ஏற்படாமல் துப்பாக்கிச் சூடு நடத்தி அவர்களை அச்சுறுத்துமாறு, அபய் சுடாஸ்மா சொல்கிறார். ஐபிஎஸ் அதிகாரி சொல்கையில் ஒரு ரவுடி தட்ட முடியுமா? மேலும், அவர் இதற்கு ஒத்துழைத்தால், அவர் மீது காவல் துறை நடவடிக்கை எடுக்காது என்றும் கூறுகிறார்.

சோராபுதீன் ஷேக், ராஜஸ்தானிலிருந்து தன் கூட்டாளிகளோடு வந்து, பாப்புலர் மார்பிள்ஸ் நிறுவனத்தில் 8 டிசம்பர் 2004 அன்று துப்பாக்கிச் சூடு நடத்திச் செல்கிறார். இதற்குப் பிறகு அமித் ஷாவும், அப்போது டிஐஜியாக இருந்த டிஜி வன்ஸாராவும் படேல் சகோதரர்களை அழைத்து, சோராபுதீன் ஷேக் மீது புகார் அளிக்கச் சொல்கிறார்கள். ஆனால் பட்டேல் சகோதரர்கள் சோராபுதீனுக்குப் பயந்து கொண்டு புகார் அளிக்க மறுக்கிறார்கள்.

ஆனால் அமித் ஷா, படேல் சகோதரர்களை மிரட்டுகிறார். தனது கூட்டாளியான மற்றொரு ரவுடி முஷ்டாக் அகமதை சோராபுதீன் தன்னோடு கூட்டு சேரச் சொல்கிறார். இருவருமாக ராஜஸ்தானி லேயே மிகப்பெரிய மார்பிள் வியாபாரிகளான ஆர்கே மார்பிள்ஸ் உரிமையாளர்களை மிரட்டிப் பணம் பறிக்கலாம் என்கிறார். ஆனால் முஷ்டாக் அகமதோ, ஆர்கே மார்பிள்ஸ் உரிமையாளர்கள் மிகப் பெரிய செல்வந்தர்கள். அவர்களை மிரட்டினால் நம்மைக் கொன்று விடுவார்கள் என்று கூறுகிறார். ஆனால் அவர் பேச்சைக் கேட்காமல் சோராபுதீன் ஷேக், ஆர்கே மார்பிள்ஸ் உரிமையாளர்களை அழைத்துப் பணம் கேட்டு மிரட்டுகிறார். இதே போல ராஜஸ்தானில், ஜவுளி, இரும்பு உள்ளிட்ட பல்வேறு தொழில்களில் ஈடுபட்டுள்ள சங்கம் டெக்ஸ்டைல்ஸ் நிறுவனத்தையும் சோராபுதீன் ஷேக் அழைத்து மிரட்டுகிறார். அதன் உரிமையாளர்கள் பெரும் செல்வந்தர்களாக இருந்ததால் அரசியல் தலைவர்களை அழைத்து உதவி கோருகிறார்கள்.

இதற்கிடையே, பாப்புலர் மார்பிள்ஸ் நிறுவனத்தின் படேல் சகோதரர்களைப் புகார் அளிக்குமாறு, அமித் ஷாவும், ஐஜி

வன்ஸாராவும் தொடர்ந்து மிரட்டி வருகிறார்கள். அவர்கள் புகார் தர மறுக்கவே, அவர்கள் இருவரும் சோராபுதீன் துப்பாக்கி சூடு நடத்திய வழக்கில் குற்றவாளிகளாகச் சேர்க்கப்படுகிறார்கள். அமித் ஷா மற்றும் காவல் அதிகாரிகளின் உத்தரவின்படி படேல் சகோதரர்கள் கடையில் துப்பாக்கிச் சூடு நடத்தியது சோராபுதீன் ஷேக். ஆனால் படேல் சகோதரர்கள் மீதே வழக்கு பதிவு செய்தது குஜராத் காவல்துறை.

இது போன்ற வேலைகளில் அமித் ஷா ஈடுபட்டதற்கான காரணம், சோராபுதீன் ராஜஸ்தானில் தொழிலதிபர்களை மிரட்டிப் பணம் பறிப்பது போல, காவல் துறையினரைப் பயன்படுத்தி மிரட்டிப் பணம் பறிப்பதே என்று சிபிஐ கூறுகிறது.

14 நவம்பர் 2005 அன்று சோராபுதீன் ஷேக், அவர் மனைவி கவுசர் பீ மற்றும் நண்பர் துள்சிராம் பிரஜாபதி ஆகியோரோடு நண்பரின் திருமணத்துக்காக ஐதராபாத் செல்கிறார்.

குஜராத்தைச் சேர்ந்த மற்றொரு ஐபிஎஸ் அதிகாரியான ராஜ்குமார் பாண்டியன் ஒரு டீமை அழைத்துக்கொண்டு ஐதராபாத் செல்கிறார். அலுவல் ரீதியான விசாரணைக்கு வந்தது போல காண்பித்துக் கொள்வதற்காக ராஜ்குமார் பாண்டியன் ஐதராபாத் காவல் ஆணையர் அலுவலகத்துக்குச் சென்று வேறு சில வழக்குகள் தொடர்பாக விபரங்களைச் சேகரிக்கிறார்.

ஐதராபாத்தில் நிகழ்ச்சி முடிந்ததும் சோராபுதீன் ஷேக், அவர் மனைவி கவுசர் பீ மற்றும் துள்சிராம் பிரஜாபதி ஆகியோர் ஒரு ஆம்னி பஸ்ஸில் பெல்காம் கிளம்புகின்றனர். பாதி தூரம் கடந்த பிறகு, ராஜ் குமார் பாண்டியனின் போலீஸ் டீம் பஸ்ஸை இடைமறித்து மூவரையும் கைது செய்கிறது. முதலில் சோராபுதீன் ஷேக்கின் மனைவியை ஆம்னி பஸ்ஸிலேயே திரும்பிச் செல்லுமாறு சொல்கிறார்கள். அவர் என் கணவரை என்னோடு அனுப்புங்கள் என்று சண்டை போடவும் அவரையும் அழைத்துச் செல்கின்றனர்.

24 மற்றும் 25 நவம்பர் 2005 தேதிகளில், சோராபுதீன் சேக் அவர் மனைவி கவுசர் பீ ஆகியோர் குஜராத் காவல்துறையால் சட்ட விரோதமாக அடைத்து வைக்கப்படுகின்றனர். 25 நவம்பர் இரவு, குஜராத்தின் நரோல் விஷால் சர்க்கிள் என்ற இடத்தில் சாலையில் ஓட விடப்பட்டு சோராபுதீன் ஷேக் காவல்துறையால் சுடப்பட்டுக் கொல்லப்படுகிறார். இதற்கிடையே, ராஜஸ்தான் காவல்துறையைச் சேர்ந்த எம்என் தினேஷ் என்ற ஐபிஎஸ் அதிகாரி, ஒரு குழுவோடு

குஜராத் வந்தடைகிறார். அவர்தான், சோராபுதீன் ஷேக் குஜராத் முதல்வரை கொலை செய்ய வந்தார் என்ற கதையையே அவிழ்த்து விடுகிறார்.

கொலை செய்யப்பட்டபோது, சோராபுதீன் ஷேக், ஒரு மோட்டார் சைக்கிளில் தப்பிச் செல்ல முயன்றதாகக் காட்டப்பட்டது. பின்னர் விசாரணையில், அந்த மோட்டார் சைக்கிள், குஜராத் காவல் துறையை சேர்ந்த ஒரு கான்ஸ்டபிளின் உறவினருடையது என்பது தெரிய வந்தது.

சோராபுதீன் ஷேக் சட்டவிரோதமாக அடைத்து வைக்கப்பட்டிருந்த அதே பண்ணையில் அவர் மனைவி கவுசர் பீ அடைக்கப் பட்டிருந்தார். சோராபுதீன் ஷேக் கடத்தப்பட்டபோது உடனிருந்த சாட்சியான அவர் மனைவியை என்ன செய்வது என்று கூடுதல் டிஜிபி வன்ஸாராவுக்கு புரியவில்லை. சரி. இவரையும் காலி செய்து விடலாம் என்று முடிவு செய்கிறார்.

வன்ஸாரா தலைமையில் குஜராத் காவல் துறை உயர் அதிகாரிகள், கவுசர் பீயைக் கொலை செய்கின்றனர். பின்னர் அவர் உடலை ஒரு கறுப்புக் கம்பளியில் சுற்றி எடுத்துக்கொண்டு ஒரு வேனில், விறகுக் கட்டைகளையும், வைக்கோலையும் ஏற்றிக் கொண்டு செல்கின்றனர். ஒரு ரகசியமான இடத்தில் வைத்து உடலை எரித்து விடலாம் என்று முடிவு செய்கின்றனர்.

தாவ்ரி நதிக்கு அருகே ஒரு இடத்தில் வேன் மணலில் சிக்கிக் கொள்கிறது. இவர்கள் எவ்வளவோ தள்ளியும் வேனை நகர்த்த முடியவில்லை. வன்ஸாரா, உடலை அந்த இடத்துக்குச் சற்று அருகே எரிக்குமாறு கூறுகிறார். விறகுக் கட்டைகளைப் போட்டு, டீசல் ஊற்றி உடல் எரிக்கப்படுகிறது. பிறகு வன்ஸாராவின் உத்தரவின்படி, எரிந்த சிதையின் மீது தண்ணீர் ஊற்றி அணைக்கப் பட்டு, அதன் மீதங்கள் ஒரு வாகனத்தில் எடுத்துச் செல்லப்பட்டு சபர்மதி ஆற்றில் கொட்டப்பட்டன. இறப்பதற்கு முன், கவுசர் பியை அவருக்குக் காவலாக நியமிக்கப்பட்டிருந்த பாலகிருஷ்ண சவுபே என்பவர் பாலியல் வன்புணர்வுக்கு உள்ளாக்கினார் என்ற விபரமும் சிபிஐ விசாரணையில் தெரிய வந்தது.

இந்த வழக்கு உச்ச நீதிமன்றத்தில் விசாரணைக்கு எடுத்துக் கொள்ளப்பட்டபோது, அமித் ஷா உத்தரவின் பேரில், வழக்கை

வாபஸ் பெறுமாறு, சோராபுதீன் ஷேக்கின் குடும்பத்தினர் மிரட்டப்பட்டனர். 50 லட்ச ரூபாய் பேரமும் பேசப்பட்டது. ஆனால் அவர்கள் மசியவில்லை.

பாப்புலர் மார்பிள்ஸ் உரிமையாளர்களான படேல் சகோதரர்களைக் குண்டர் சட்டத்தில் போட்டு விடுவேன் என்று மிரட்டி, 90 லட்ச ரூபாய் பணத்தை அமித் ஷாவும் வன்ஸாராவும் பெற்றார்கள் என்று இவ்வழக்கு விசாரணையின்போது தெரிய வந்தது.

சோராபுதீன் ஷேக் மட்டுமல்லாமல், கவுசர் பீயும் கொல்லப்பட வேண்டும் என்ற உத்தரவைப் பிறப்பித்தது அமித் ஷாவே என்பதும் விசாரணையில் தெரிய வந்தது.

சிபிஐ தன் புலன் விசாரணையை முடித்து, 18 பேர் மீது குற்றப் பத்திரிக்கை தாக்கல் செய்தது. அமித் ஷா இவ்வழக்கில் 16வது குற்றவாளியாகச் சேர்க்கப்பட்டார். அவரும் கைது செய்யப்பட்டு சிறையில் இருந்தார்.

சரி சோராபுதீன் ஷேக்கின் நண்பரான, அவர் கடத்தப்பட்டபோது உடனிருந்த துள்சிராம் பிரஜாபதி என்ன ஆனார் என்ற கேள்வி எழுகிறதல்லவா? சரியாக ஒரு வருடம் கழித்து 28 டிசம்பர் 2006ல் அவரும் மற்றொரு போலி என்கவுன்டரில் கொல்லப்பட்டார்.

துள்சிராம் பிரஜாபதி கொலை செய்யப்பட்ட வழக்கையும், உச்ச நீதிமன்றம் சிபிஐ விசாரணைக்கு மாற்றியது. இவ்வழக்கில் புலனாய்வு முடித்து, சிபிஐ மும்பை நீதிமன்றத்தில் அமித் ஷா உள்ளிட்டோர் மீது குற்றப் பத்திரிக்கை தாக்கல் செய்தது. அமித் ஷா, துள்சிராம் பிரஜாபதி கொலையை சோராபுதின் ஷேக் மற்றும் கவுசர் பீ வழக்கோடு சேர்த்துத்தான் விசாரிக்க வேண்டும். அதற்காக தனி விசாரணை வேண்டியதில்லை என்று வழக்குத் தொடுத்தார்.

நீதிபதி சதாசிவம் தலைமையிலான அமர்வு, இதை ஏற்றுக் கொண்டு தனி விசாரணை தேவையில்லை என்று தீர்ப்பளித்தது. சோராபுதின் இறந்த ஒரு வருடத்திற்குப் பிறகு நடந்த துளசிராம் பிரஜாபதியின் கொலையை எப்படி ஒரே வழக்காக நீதிமன்றம் எடுத்துக் கொண்டது என்பது பெரிய கேள்வி. இதனால் லாபமடைந்தது அமித் ஷாதான். சோராபுதின் கொலை வழக்கிலிருந்து விடுதலையானதும் தன்னிச்சையாக துள்சிராம் பிரஜாபதி வழக்கிலிருந்தும் விடுதலை ஆக்கப்பட்டார். இதையும், பிஜேபி ஆட்சியில் உச்சநீதிமன்றத்தில் இருந்து ஓய்வு பெற்ற பிறகு, கேரள மாநில ஆளுநராக சதாசிவம் நியமிக்கப்பட்டதையும் இணைத்துப் பார்க்காமல் இருக்கமுடியுமா?

துள்சிராம் பிரஜாபதியின் கொலை வழக்கு தனியான வழக்காக விசாரிக்கப்பட்டிருந்தால், ஒரு வேளை அந்த வழக்கில் அமித் ஷாவுக்கு தண்டனை கிடைத்திருக்கலாம் அல்லவா?

நீதிமன்ற வழக்கு விசாரணை குஜராத்தில் நடைபெற்றால் சாட்சிகள் மிரட்டப்படுவார்கள் என்பதை உணர்ந்த சிபிஐ வழக்கை வேறு மாநிலத்துக்கு மாற்ற வேண்டும் என்று மனுத் தாக்கல் செய்தது. நீதிமன்றமும் அதற்கு அனுமதி அளித்தது.

ஆனால் இந்த வழக்கிலும் பல குற்றவாளிகளை நீதிமன்றம் விசாரணை முடிவதற்கு முன்பாகவே விடுவித்தது. மோடி பிரதமரான இரண்டு மாதங்களில் அமித் ஷா பிஜேபி தலைவரானார். மும்பை சிபிஐ நீதிமன்றம் அமித் ஷாவை விடுவித்தது. இவ்வழக்கில் அனைத்து ஐபிஎஸ் அதிகாரிகளும் விடுவிக்கப்பட்டனர்.

மீதம் உள்ளவர்கள் மீது மும்பை நீதிமன்றத்தில் வழக்கு விசாரணை நடைபெற்று வருகிறது.

மொத்தம் உள்ள 210 சாட்சிகளில் 92 பேர் பிறழ் சாட்சிகளாக மாறினர். வழக்கு அவ்வளவுதான் என்று நினைத்த நேரத்தில், இதில் சாட்சியம் அளித்த ஆஸாம் கான் அமித் ஷா உத்தரவின்படிதான், குஜராத்தின் முன்னாள் உள் துறை அமைச்சர் ஹரேன் பாண்டியா கொல்லப் பட்டார் என்றார்.

2018 நவம்பர் மாதம் இவ்வழக்கில் சாட்சியம் அளித்த ஐபிஎஸ் அதிகாரி அமிதாப் தாக்கூர், சோராபுதீன் ஷேக் கொல்லப்பட்டதில் பலர் குற்றவாளிகளாகச் சேர்க்கப்பட்டிருந்தாலும், அமித் ஷா, டிஜி வன்ஸாரா ஐபிஎஸ், ராஜ்குமார் பாண்டியன் ஐபிஎஸ், தினேஷ் ஐபிஎஸ் மற்றும் அபய் சுடாஸ்மா ஐபிஎஸ் ஆகியோர் மட்டுமே பண ரீதியாகவும், அரசியல் ரீதியாகவும் ஆதாயம் அடைந்தனர் என்று சாட்சியம் அளித்தார். சந்தீப் தம்ப்காடே என்ற மற்றொரு ஐபிஎஸ் அதிகாரியும் தன் சாட்சியத்தில் இதை உறுதி செய்தார். ஆனால் இவர்கள் ஐவருமே வழக்கிலிருந்து ஏற்கெனவே விடுவிக்கப் பட்டிருந்தனர்.

இந்த வழக்கின் விசாரணை தற்போது இறுதிக் கட்டத்தை அடைந்துள்ளது. இந்தச் சம்பவங்கள் அனைத்துமே மோடிக்குத் தெரிந்திருந்தன.

ரஜ்னீஷ் ராய், குஜராத் மாநிலத்தில் டிஐஜியாக பணியாற்றிக் கொண்டிருந்தார். அவரை சோராபுதீன் ஷேக் போலி என்கவுன்டரை விசாரிக்க நியமித்தார் மோடி. மோடியின் கணக்கு என்ன வென்றால், குஜராத்தைச் சேர்ந்த அதிகாரி. மேலும் இந்த வழக்கில் சம்பந்தப்பட்ட ராஜ்குமார் பாண்டியன் என்ற ஐபிஎஸ் அதிகாரியும் ரஜ்னீஷ் ராயும் ஒரே பேட்ச். இருவரும் 1992ல் ஐபிஎஸ் தேர்ச்சி பெற்றவர்கள்.

இவரை விசாரணை அதிகாரியாக நியமித்ததும் டிஜி வன்ஸாரா, ராஜ்குமார் பாண்டியன், மற்றும் ராஜஸ்தான் ஐபிஎஸ் அதிகாரி தினேஷ் ஆகியோரை கைது செய்தார். வழக்கில் ஏராளமான ஆவணங்களைத் திரட்டினார்.

இதற்கான விலையையும் அவர் கொடுத்தார். இவரது ஆண்டு மதிப்பீடு அறிக்கையில் இவர் ஒழுங்காக வேலை செய்யாத அதிகாரி என்று எழுதப்பட்டது. பல்வேறு இடங்களுக்கு இவர் மாற்றப் பட்டார். கடைசியாக சித்தூரில் உள்ள காவல் பயிற்சி கல்லூரியில் பணியாற்றினார்.

இவர்களோடு போராட முடியாது என்று விருப்ப ஓய்வில் செல்வதாக கடிதத்தை உள்துறை செயலாளருக்கு அனுப்புகிறார். ஆனால் விருப்ப ஓய்வில் அனுப்பமுடியாது என்று மத்திய அரசு அவர் கோரிக்கையை நிராகரித்தது. இதை எதிர்த்து ராய் வழக்குத் தொடர்ந்தார். வழக்கு தற்போது நிலுவையில் உள்ளது.

இப்படித் தங்களுக்கு எதிராக யார் வழக்குப் பதிவு செய்தாலும், நேர்மையான விசாரணை நடத்தினாலும் அவர்களைப் பழிவாங்கு வதில் மோடியும் அமித் ஷாவும் மிகக் கவனமாக இருந்தனர்.

அவருக்கு அடுத்து வந்த நீதிபதி, மூன்றே நாட்களில் அமித் ஷாவை விடுவித்தார்.

21 டிசம்பர் 2018 அன்று மும்பை சிபிஐ நீதிமன்றம் சோராபுதீன் ஷேக் கொலை வழக்கில் சம்பந்தப்பட்ட அனைவரையும் விடுதலை செய்தது. இதுதான் மோடி ஆட்சியில் நீதி பரிபாலனத்தின் லட்சியம். இந்தத் தீர்ப்பு உணர்த்தும் செய்தி, மோடி ஆட்சியில் கொலை செய்தவர்களும் நீதித்துறை உதவியோடு தப்பிக்கலாம் என்பதுதானே?

அமித் ஷா இவ்வழக்கிலிருந்து விடுவிக்கப்பட்டதும் ஒரு பெரிய கதை. மும்பைக்கு இவ்வழக்கின் விசாரணையை மாற்றிய உச்ச நீதிமன்றம் தன் தீர்ப்பில் குறிப்பிட்டிருந்த முக்கியமான விஷயம்

என்னவென்றால், விசாரணை முடிந்து தீர்ப்பு வழங்கும் வரை நீதிபதி மாற்றப்படக் கூடாது என்பதே.

அதையும் மீறி அவர் மாற்றப்பட்டார். அவருக்கு அடுத்து வந்து விசாரணையைத் தொடங்கிய நீதிபதி லோயா மர்மமான முறையில் இறந்தார்.

நீதி வழங்கும் நீதிபதியும் கொல்லப்படுவார் என்பதும் இந்த ஆட்சி நமக்கு அளிக்கும் செய்தியோ?

9

ஒரு நீதிபதியின் மர்ம மரணம்

சோராபுதீன் ஷேக் என்கவுண்டர் வழக்கை விசாரித்த சிபிஐ, அமித் ஷா உள்ளிட்ட 38 பேர் மீது ஜூலை 2010ல் குற்றப்பத்திரிக்கை தாக்கல் செய்தது. சிபிஐ தனது குற்றப்பத்திரிக்கையில், இந்தக் கொலையின் மூளையாகச் செயல்பட்டவர் அமித் ஷா என்று குறிப்பிட்டிருந்தது. ஏற்கெனவே இவ்வழக்கின் புலனாய்வு நடந்து கொண்டிருந்தபோது, சாட்சிகளைக் கலைக்க அமித் ஷா மேற்கொண்ட முயற்சிகளைச் சுட்டிக்காட்டி, வழக்கின் விசாரணையை குஜராத்திலிருந்து வேறு மாநிலத்துக்கு மாற்றவேண்டும் என்று சிபிஐ உச்ச நீதிமன்றத்தை அணுகியது. சிபிஐயின் கோரிக்கையை ஏற்ற உச்ச நீதிமன்றம், செப்டெம்பர் 2012ல் இவ்வழக்கை மும்பை நீதிமன்றத்துக்கு மாற்றியது.

மே 2014ல் மோடி பிரதமராகப் பொறுப்பேற்றார். ஓரிரு மாதங்களில் அமித் ஷா பாஜக தலைவரானார். அதன் பின் இந்த வழக்கு தலைகீழ் மாற்றங்களைக் கண்டது.

அமித் ஷா மீதான வழக்கை ஜேடி உத்பத் என்ற நீதிபதி விசாரித்துக் கொண்டிருந்தார். வழக்கு விசாரணைக்கு ஒருமுறைகூட அமித் ஷா ஆஜராகவில்லை. அவரது வழக்கறிஞர்கள் எப்போதும் அமித் ஷாவுக்கு அரசியல் வேலை இருக்கிறது, அவசர வேலை இருக்கிறது என்று மனுத் தாக்கல் செய்து கொண்டிருந்தார்கள். ஒருநாள்

எரிச்சலடைந்த நீதிபதி உத்பத், ‘எப்போது பார்த்தாலும் ஏதாவது ஒரு காரணத்தைச் சொல்லி அமித் ஷா வர மறுக்கிறார். இதை இப்படியே தொடர அனுமதிக்க முடியாது’ என்று கூறினார். இது நடந்தது 6 ஜூன் 2014 அன்று. வழக்கை 26 ஜூன் 2014க்கு ஒத்தி வைத்தார் உத்பத். 25 ஜூன் 2014 வழக்கு விசாரணைக்கு முந்தைய நாள். அந்த நாளில் அவர் பெரு நீதிமன்றத்துக்கு மாற்றப்பட்டார்.

வழக்கை குஜராத்திலிருந்து மகாராஷ்டிராவுக்கு மாற்றிய உச்ச நீதிமன்றம் தனது தீர்ப்பில் ஒரு முக்கியமான விஷயத்தைக் குறிப்பிட்டிருந்தது. அது இதுதான். ‘இந்த வழக்கின் விசாரணையைத் தொடக்கம் முதல் முடிவு வரை ஒரே நீதிபதி விசாரிக்க வேண்டும்.’ ஆனால் இதையும் மீறி நீதிபதி ஜேடி உத்பத் மாற்றப்பட்டார். அவருக்குப் பிறகு இந்த வழக்கைக் கையாள நியமிக்கப்பட்டவர்தான் நீதிபதி ப்ரிஜ்கோபால் ஹர்கிஷண் லோயா.

மாவட்ட நீதிபதிகளின் மாறுதல்களைக் கையாள, ஒவ்வொரு மாநில நீதிமன்றத்திலும் நிர்வாகக் கமிட்டி ஒன்று இருக்கும். அந்த கமிட்டிதான் மாறுதல்களை முடிவு செய்யும். அமித் ஷா வழக்கை விசாரிக்க ஒரு நேர்மையான நீதிபதியை நியமிக்கவேண்டும் என்று முடிவெடுக்கப்பட்டபோது, அப்போது மும்பை உயர் நீதிமன்றத்தின் தலைமை நீதிபதியாக இருந்த மொகித் ஷா, அந்தக் கூட்டத்தில் பங்கேற்கவில்லை. அவரும் குஜராத்தைச் சேர்ந்தவராக இருந்த காரணத்தால் எதற்கு சிக்கல் என்று நினைத்தோ என்னவோ அதில் பங்கேற்கவில்லை. ஆனால் அதே மொகித் ஷா, ஒரு வருடம் கழித்து நீதிபதி உத்பத்தை மாறுதல் செய்து உத்தரவிட்டார்.

31 அக்டோபர் 2014 அன்று இந்த வழக்கு விசாரணைக்கு வந்தபோது, வழக்கம் போல அமித் ஷாவின் வழக்கறிஞர்கள் அவரால் இன்று நீதிமன்றத்துக்கு வர இயலாது என்று கூறினர். அப்போது நீதிபதி லோயா, ‘அமித் ஷா இன்று மும்பையில்தானே இருக்கிறார்? ஏன் வரவில்லை’ என்று கேள்வி எழுப்பினார். பிறகு வழக்கு விசாரணையை 15 டிசம்பர் 2014க்கு தள்ளி வைத்தார். அந்தச் சமயத்தில் நீதிபதி லோயா அந்த ஒரே ஒரு வழக்கை மட்டும்தான் விசாரித்துக் கொண்டிருந்தார் என்பது குறிப்பிடத்தக்கது.

1 டிசம்பர் 2014 அன்று நாக்பூரில் சக நீதிபதியின் மகள் திருமணத்துக்காகச் சென்றிருந்த லோயா, மாரடைப்பால் காலமானார் என்று அறிவிக்கப்பட்டது. நீதிபதி லோயாவோடு வேறு இரண்டு நீதிபதிகளும் சென்றிருந்தனர். ஊடகங்களில் இது பெரிய செய்தியாகவில்லை. இந்தியன் எக்ஸ்பிரஸ் நாளேடு மட்டும்,

மாரடைப்பால் இறந்திருந்தாலும், லோயா அதற்கு முன் நல்ல உடல் நலனோடு இருந்தார் என்று குறிப்பிட்டிருந்தது. நாடாளுமன்றத்தில் திரிணாமூல் காங்கிரஸ் எம்பிக்கள் இது குறித்து பிரச்சினை எழுப்பினார்கள். ஆனால் சில நாட்களில் இது மறக்கப்பட்டது.

லோயாவின் தங்கை மகள் நுபுர் பயானிதான் 2016ம் ஆண்டில் கேரவன் இதழின் செய்தியாளரை சந்தித்து இது குறித்து சந்தேகத்தை எழுப்புகிறார். நவம்பர் 2017ல், கேரவன் இதழ் லோயா மரணம் குறித்து ஒரு விரிவான புலனாய்வுக் கட்டுரையை வெளியிட்டது. அதன் பிறகுதான் லோயாவின் மரணத்தில் உள்ள மர்மங்கள் ஒவ்வொன்றாக வெளியே வரத் தொடங்கின.

30 நவம்பர் 2014 அன்று, நாக்பூரில் இருந்து லோயா தன் மனைவி சர்மிளாவிடம் பேசுகிறார். அன்று தனக்கு என்னென்ன வேலைகள் இருந்தன என்பதை விவரிக்கிறார். நாக்பூரில் தங்கியிருப்பதாகவும், திருமணம் முடிந்ததும் வருவதாகவும் கூறுகிறார். அதுதான் நீதிபதி லோயா பேசிய கடைசி உரையாடல். மறுநாள் லோயாவின் குடும்பத்தினருக்கு, அவர் மாரடைப்பால் இறந்தார் என்று தகவல் தெரிவிக்கப்படுகிறது.

லோயாவின் தங்கை மகள் லோயாவின் உடலைப் பார்த்தவுடனேயே தனக்குச் சந்தேகம் வந்தது என்று கூறினார். லோயாவின் சட்டையில் ரத்தக் கறை இருந்ததை தான் கண்டதாக அவர் கூறினார். அவர் அணிந்திருந்த பேண்ட்டின் பெல்ட் திரும்பி இருந்தது. கழுத்தில் ரத்தக்கறை இருந்தது. தலையின் பின்புறம் காயம் இருந்தது என்றார். இதை வெறும் சந்தேகமாக எடுத்துக் கொள்ள முடியாது.

ஏனென்றால், அமித் ஷா சம்பந்தப்பட்ட சோராபுதீன் ஷேக் வழக்கை மூடி மறைக்கவும், விசாரணை நடத்தப்படாமல் தடுக்கவும் தொடக்கம் முதலே அனைத்து முயற்சிகளையும் அமித் ஷா மேற்கொண்டார்.

லாட்டூரில் இருந்த லோயாவின் தந்தை ப்ரிஜ்கிஷனுக்கு லோயாவின் மரணம் குறித்து தகவல் அளித்தவர் தன்னை ஆர்எஸ்எஸ் சேவகர் என்று அறிமுகப்படுத்திக் கொண்ட ஈஷ்வர் பகேத்தி. லோயாவின் தந்தையை அழைத்த அவர் பிரேதப் பரிசோதனை முடிந்து விட்டது என்றும், உடல் அவர்கள் வீட்டுக்கு வருவதற்கான ஏற்பாடுகளை அவரே செய்வதாகவும் கூறியுள்ளார். ஒரு நீதிபதி இறந்துள்ள நிலையில், அரசு அதிகாரிகளோ, வேறு யாருமோ உடன் இல்லாமல்

சம்பந்தம் இல்லாத ஒரு ஆர்எஸ்எஸ் தொண்டர் ஏன் லோயாவின் தந்தையை அழைத்து இறப்புத் தகவலைக் கூறினார் என்பதும் ஒரு பெரும் மர்மம்.

லோயாவின் உடல் அவர் வீட்டை வந்தடைந்தபோது, அந்த ஆம்புலன்ஸ் ஓட்டுனரைத் தவிர ஒருவரும் உடன் வரவில்லை. சொல்லப்போனால் லயாவுக்கு அந்தத் திருமணத்துக்குச் செல்வதற்கே விருப்பம் இருந்ததில்லை. அவருடன் பணி செய்த இரண்டு நீதிபதிகளின் வற்புறுத்தலின் பேரிலேயே நாக்பூருக்குச் சென்றிருந்தார். அந்த இரண்டு நீதிபதிகள் கூட லோயாவின் உடலோடு உடன் வரவில்லை.

லோயாவோடு நாக்பூர் சென்ற நீதிபதிகள் ஸ்ரீகாந்த் குல்கர்னி மற்றும் மோடக் ஆகியோரின் கூற்றுப்படி நள்ளிரவு 12.30 மணிக்கு நெஞ்சு வலிக்கிறது என்று கூறுகிறார் லோயா. உடனடியாக அவரை அருகாமையில் உள்ள ஒரு மருத்துவமனைக்கு அழைத்துச் சென்றுள்ளனர். லோயாவின் மொபைல் போன் அவரிடம்தான் இருந்தது. மிக மிக எளிதாக அவர் குடும்பத்தை அழைத்து தகவலைச் சொல்லியிருக்கலாம். ஆனால் அவர்கள் செய்யவில்லை.

நீதிபதி லோயா தங்கியிருந்தது ரவி பவன் என்று அழைக்கப்படும் நாக்பூரின் விருந்தினர் மாளிகை. உடன் இருந்த இரண்டு நீதிபதிகள் தான் அவரை ஆட்டோவில் அழைத்துச் சென்றுள்ளனர். ஆட்டோவில் முதலில் அருகாமையில் இருந்த தாந்தே மருத்துவமனைக்கு அழைத்துச் செல்லப்பட்டுள்ளார் லோயா. பின்னர் அங்கிருந்து மெடிட்டிரேனா என்ற பெரிய தனியார் மருத்துவமனைக்கு அழைத்துச் சென்றிருக்கிறார்கள். அந்த மருத்துவமனையில் அவர் ஏற்கெனவே இறந்துவிட்டார் என்று தெரிவிக்கப்பட்டுள்ளது. இந்தக் கட்டத்திலாவது குடும்பத்ினருக்கு தகவல் தெரிவிக்கப் பட்டிருக்க வேண்டும். ஆனால் அப்போதும் தெரிவிக்கப்பட வில்லை.

ரவி பவன் என்பது அரசினர் விருந்தினர் மாளிகை. அது அரசு விருந்தினர் மாளிகை பகுதி என்பதால் அதன் அருகே ஆட்டோ ஸ்டாண்ட் போன்றவற்றுக்கு அனுமதி கிடையாது. பகலில் ஆட்டோ வேண்டுமென்றால் கூட இரண்டு கிலோ மீட்டர் நடந்து சென்றுதான் ஆட்டோ பிடிக்க வேண்டும். நள்ளிரவு 12.30 மணிக்கு லோயாவை அழைத்துச் செல்ல எந்த ஆட்டோவைப் பிடித்தார்கள், எப்படிப் பிடித்தார்கள் என்பதும் புரியாத புதிர்.

நமக்கு மிகவும் நெருங்கிய அல்லது அந்த அளவு நெருக்கமில்லாத ஒரு நண்பருக்கு இது போல மாரடைப்பு ஏற்பட்டு மரணம் சம்பவித்தால் நாம் முதலில் செய்யும் காரியம், அவரது குடும்பத்தினருக்குத் தகவல் தெரிவிப்பதே. ஆனால் சட்டம் பயின்ற இரண்டு நீதிபதிகள் ஏன் லோயாவின் மரணத்தைக் குடும்பத்தினருக்குத் தெரியாமல் மறைத்தார்கள் என்பதும் ஒரு புதிர்.

மெடிட்டிரேனா மருத்துவமனையில் லோயா இறந்துவிட்டார் என்று கூறிய பின்னர் லோயாவின் உடல், நாக்பூர் அரசு மருத்துவக் கல்லூரி மருத்துவமனைக்கு எடுத்துச் செல்லப்பட்டு பிரேதப் பரிசோதனை நடத்தப்படுகிறது.

சாதாரணமாக மருத்துவமனைக்குச் சென்று இறந்தவர்களின் உடலை பிரேதப் பரிசோதனைக்கு அனுப்புவதில்லை. அதுவும் ஒரு நீதிபதியின் உடலைப் பிரேதப் பரிசோதனைக்கு அனுப்புவது எப்போதும் நடப்பது இல்லை. ஆனால் லோயா இறந்துபோன தகவல் அவர் குடும்பத்தினருக்குத் தெரிவிக்கப்படும் முன்னதாகவே, பிரேதப் பரிசோதனை நடந்து முடிந்திருக்கிறது.

பிரேதப் பரிசோதனை அறிக்கையின்படி லோயாவின் இறப்பு நேரம் காலை 6.15. ஆனால், நள்ளிரவே பிரேதப் பரிசோதனை நடந்தது என்று நாக்பூர் அரசு மருத்துவமனையில் இருந்தவர்கள் தெரிவித் துள்ளனர். மேலும், நள்ளிரவே உடலைப் பார்த்ததாக சித்தபர்த்தி காவல் நிலையத்தைச் சேர்ந்தவர்களும் சொல்லியிருக்கிறார்கள்.

லோயாவின் மரணத்துக்குக் காரணம் மாரடைப்பு என்று பிரேதப் பரிசோதனை அறிக்கை சொல்கிறது. லோயாவின் தந்தைக்கு வயது 85. தாயாருக்கு வயது 80. இருவரும் ஆரோக்கியமாக வாழ்ந்து கொண்டுள்ளனர். அவர்கள் யாருக்கும் ரத்த அழுத்தமோ நீரிழிவு நோயோ கிடையாது. மரணிக்கையில் லோயாவுக்கு வயது 48 தான். அவருக்கும் ரத்த அழுத்தமோ நீரிழிவு நோயோ கிடையாது. புகை, மது போன்ற கெட்ட பழக்கங்களும் அவருக்கு இல்லை. தினந்தோறும் உடற்பயிற்சி செய்து உடலை ஆரோக்கியமாக வைத்திருந்தார் லோயா என்று அவர் குடும்பத்தினர் கூறுகின்றனர்.

கேரவன் இதழில் நீதிபதி லோயாவின் மர்ம மரணம் குறித்த கட்டுரைகள் வெளியானதும், ஒவ்வொருவராகத் தொடர்ந்து பேசத் தொடங்கினார்கள். லோயாவின் சகோதரி அனுராதா பயானி ஒரு மருத்துவர். மும்பை உயர் நீதிமன்றத்தின் தலைமை நீதிபதியாக இருந்த மொகித் ஷா, அமித் ஷாவுக்கு சாதகமான தீர்ப்பை வழங்கினால் 100 கோடி கொடுக்கப்படும் என்று தெரிவித்ததாகக் கூறினார். ஒரு

தீபாவளி தினத்தன்று, குடும்பத்தினர் அனைவரும் கூடியிருக்கையில் இந்தத் தகவலை லோயா தன்னிடம் கூறியதாக பயானி விவரித்தார். நீதிபதி லோயாவின் தந்தையும் இத்தகவலை உறுதி செய்தார்.

நீதிபதி லோயாவின் மரணம் தொடர்பாகக் கிடைத்த பூர்வாங்க தகவல்களின் அடிப்படையிலும், அவர் குடும்பத்தினர் மற்றும் உறவினர்களின் அடிப்படையிலும் முழுமையான ஒரு விசாரணை நடைபெற்றிருக்க வேண்டும். ஏனெனில் இறந்தவர் ஒரு சிபிஐ நீதிமன்றத்தின் நீதிபதி. ஒரு வேளை லோயா கொலை செய்யப் பட்டிருக்கிறார் என்றே வைத்துக் கொள்வோமே. இந்தியாவில் ஒரு நீதிபதிக்கே பாதுகாப்பு இல்லை என்ற அவப்பெயர் தீராத கரும்புள்ளியாக நம் மீது விழுந்திராதா?

ஆனால் மோடியின் இந்தியாவில் நியாயமான விசாரணை நடைபெற விட்டுவிடுவாரா என்ன?

10

நிலைகுலைந்த நீதித் துறை

நீதித் துறையில் அரசின் தலையீடு என்பது இந்திரா காந்தி காலத்தில் தொடங்கியது. 1973ம் ஆண்டில் உச்ச நீதிமன்றத்தில் அரசியல் அமைப்புச் சட்டத்தின் அடிப்படைகளை மாற்றமுடியுமா, முடியாதா என்ற கேள்வி எழுந்தது. கேசவானந்த பாரதி வழக்கு என்று மிகப் பிரபலமாக அது அறியப்பட்டது. பதிமூன்று நீதிபதிகள் அடங்கிய அரசியல் அமைப்புச் சட்ட அமர்வு அவ்வழக்கில் தீர்ப்பளித்தது. ஏழுக்கு ஆறு என்ற பெரும்பான்மையின் அடிப்படையில் அந்த அமர்வு அரசியல் அமைப்புச் சட்டத்தின் அடிப்படை அம்சங்களை மாற்ற முடியாது என்று தீர்ப்பளித்தது. இந்தத் தீர்ப்பு அப்போதைய பிரதமராக இருந்த இந்திரா காந்திக்குக் கோபத்தைத் தந்தது.

அப்போது தலைமை நீதிபதியாக இருந்த சிக்ரி ஓரிரு நாட்களில் ஓய்வு பெற இருந்தார். அவருக்கு அடுத்து பணியில் மூத்த நீதிபதி தலைமை நீதிபதியாக வேண்டும். கேசவானந்த பாரதி வழக்கில் வழங்கப்பட்ட தீர்ப்பு இந்திரா காந்திக்கு உவப்பானதாக இல்லை. இதனால் மூத்த மூன்று நீதிபதிகளை புறந்தள்ளிவிட்டு, 25 ஏப்ரல் 1973 அன்று நான்காவது நீதிபதியாக இருந்த ஏ.என். ரே என்ற நீதிபதியை தலைமை நீதிபதியாக நியமித்தார். புறந்தள்ளப்பட்ட மூத்த மூன்று நீதிபதிகளான ஜெ.எம்.ஷேலத், ஏ.என். க்ரோவர் மற்றும் கே.எஸ்.ஹெக்டே ஆகியோர் உடனடியாக ராஜினாமா செய்தனர்.

அதன் பின்னர் நெருக்கடி நிலையை அறிவித்தார் இந்திரா. ADM Jabhalpur vs Union of India என்று அழைக்கப்படும் அந்த வழக்கு, நெருக்கடி நிலை அறிமுகப்படுத்தப்பட்ட காலத்தில் அடிப்படை உரிமைகள் உண்டா இல்லையா என்பது குறித்தது. ஐந்து நீதிபதிகள் கொண்ட அரசியல் சாசன அமர்வு முன்பாக அந்த வழக்கு விசாரணைக்கு வந்தது. ஐந்து நீதிபதிகளில் நான்கு நீதிபதிகள், நெருக்கடி நிலை காலத்தில் அடிப்படை உரிமைகள் கிடையாது என்று தீர்ப்பளித்தனர். அது ஐந்து நீதிபதிகள் கொண்ட அமர்வு. அந்த அமர்வில் இருந்த ஒரே ஒரு நீதிபதி எச்.ஆர். கண்ணா மட்டும் இதற்கு ஒப்புக் கொள்ளவில்லை. நெருக்கடி நிலை காலத்தில் கூட அடிப்படை உரிமைகளை ரத்து செய்ய முடியாது என்று தெரிவித்தார்.

அவர் தலைமை நீதிபதியாகும் தருணம் வந்தபோது, அவரைப் புறந்தள்ளி ஹமீதுல்லா பேக் என்ற கண்ணாவின் ஜூனியரை தலைமை நீதிபதியாக்கினார் இந்திரா. உடனடியாக தனது பதவியை ராஜினாமா செய்தார் எச்.ஆர். கண்ணா.

அதன் பிறகுதான் உச்ச நீதிமன்றம், நீதிபதிகள் நியமனங்களில் அரசின் தலையீட்டைக் கட்டுப்படுத்தியது. நீதிமன்றத்தின் கொலிஜியம் (மூத்த நீதிபதிகள் கொண்ட மூவர் அல்லது ஐவர் குழு) அரசைக் கலந்தாலோசித்தால் மட்டும் போதும். கொலிஜியத்தின் முடிவே இறுதியானது என்று இறுதியாகத் தீர்ப்பளித்தது. இதன் அடிப்படையில் உச்ச நீதிமன்ற கொலிஜியம் ஒருவரை நீதிபதியாக்க வேண்டும் என்று பரிந்துரைத்து அரசுக்கு அனுப்பினால் அரசு அதை ஒரு முறைதான் திருப்பி அனுப்ப இயலும். கொலிஜியம் மீண்டும் பரிந்துரைத்தால் அரசு அதை ஏற்றுக் கொள்ளத்தான் வேண்டும்.

இந்த விதிமுறைகள் இருந்தும்கூட, நீதிபதிகள் நியமனத்தில் மோடி அரசு தனது விருப்பங்களை நிறைவேற்றிக்கொண்டுதான் உள்ளது. நீதிபதி ஜே.எஸ். கேகர் உச்ச நீதிமன்றத் தலைமை நீதிபதியாக இருந்தபோது, அவருக்கும் அரசுக்கும் ஏழாம் பொருத்தம். கொலிஜியம் பரிந்துரைத்து அனுப்பிய பல நீதிபதிகள் நியமனங் களை அரசு ஒப்புதல் அளிக்காமல் கடுமையாகக் காலம் தாழ்த்தியது. ஒரு கட்டத்தில் அவர் வெளிப்படையாகவே அரசை விமர்சித்தார். அவர் ஓய்வு பெற்றதும் வந்தவர்தான் தீபக் மிஸ்ரா. தீபக் மிஸ்ரா தலைமை நீதிபதியாகக்கூடாது என்று பல மூத்த வழக்கறிஞர்கள் புகார் தெரிவித்தார்கள். குடியரசுத் தலைவருக்கு எழுத்துப்பூர்வமான புகார்களும் வந்தன. எல்லா எதிர்ப்புகளையும் மீறி, மிஸ்ரா தலைமை நீதிபதியாக நியமிக்கப்பட்டார்.

ஒடிஷாவின் கட்டக் மாகாண கூடுதல் அமர்வு நீதிபதி முன்பாக ஒரு வழக்கு வருகிறது. பொருளாதார ரீதியில் பின் தங்கியவர்களுக்காக அரசாங்கம் நிலம் ஒதுக்கி வந்தது. 'நான் ஒரு ஏழை பிராமண குடும்பத்தைச் சேர்ந்தவன், எனக்கென்று சொந்த நிலம் இல்லை' என்று ஒருவர் விண்ணப்பிக்கிறார். அவருக்கு 3 ஏக்கர் நிலம் வழங்கப்படுகிறது. சில மாதங்களில் விண்ணப்பம் கொடுத்து நிலம் பெற்றவருக்குச் சொந்தமாக ஏற்கெனவே நிலம் உள்ளது என்ற விபரம் தெரிய வருகிறது. நிலம் ஒதுக்கப்பட்டது 1979ம் ஆண்டு.

1984ம் ஆண்டு, ஆவணங்களை சரிபார்த்த கூடுதல் அமர்வு நீதிபதி, அந்த நில ஒதுக்கீட்டை ரத்து செய்கிறார். பின்னாளில் இந்த விவகாரம் தொடர்பாக சிபிஐ ஒரு விசாரணையை நடத்துகிறது. அந்த விசாரணையில் தெரிய வந்தது என்னவென்றால், நிலத்தை ரத்து செய்யும் உத்தரவு 1984ம் ஆண்டே பிறப்பிக்கப்பட்டு இருந்தாலும், இந்த நிலம் ரத்து செய்யப்பட்டது 2012ம் ஆண்டில் தான் என்று தெரிய வருகிறது. மிஸ்ரா 1996ல் உயர் நீதிமன்ற நீதிபதியாகி விட்டார் என்பது குறிப்பிடத்தக்கது.

இப்படி சட்டவிரோதமாக நிலத்தைப் பெற்றது யார் தெரியுமா? உச்சநீதிமன்றத்தின் தலைமை நீதிபதியாக இருந்த தீபக் மிஸ்ராதான். நிலம் ஒதுக்கப்பட்டபோது அவர் வழக்கறிஞராக இருந்தார். அப்போது அவர் பெயரின் எழுத்துக்கள் Deepak Misra. பின்னாளில் நீதிபதியான போது தனது பெயரை Dipak Misra என்று மாற்றிக் கொண்டார்.

விமானப் படையிலிருந்து ஓய்வு பெற்ற ஜெயந்த குமார் தாஸ், பணியிலிருந்து ஓய்வு பெற்ற பின்னர், தகவல் அறியும் உரிமைச் சட்டத்தின் கீழ், ஆவணங்களை சேகரித்து ஊழல்களை அம்பலப் படுத்தும் வேலைகளைச் செய்து வந்தார். அவருக்கு இந்த ஆவணங்கள் கிடைத்த பின்னர், செப்டம்பர் 2016ல், தீபக் மிஸ்ரா மீது நடவடிக்கை எடுக்குமாறு அப்போது தலைமை நீதிபதியாக இருந்த தாக்கூர், குடியரசுத் தலைவர், சட்ட அமைச்சகம், பிரதமர் அலுவலகம் ஆகியோருக்குக் கடிதம் எழுதுகிறார். இரண்டு மாதங்கள் கழித்தும் எதுவுமே நடக்கவில்லை. அரசின் பல்வேறு அதிகார மையங்களுக்கு கடிதங்கள் எழுதியும் எதுவும் நடக்கவில்லை. 27 ஆகஸ்ட் 2017 அன்று தீபக் மிஸ்ரா இந்தியாவின் தலைமை நீதிபதியாகப் பொறுப்பேற்றுக் கொண்டார்.

தீபக் மிஸ்ரா பதவியேற்ற ஒரு சில மாதங்களிலேயே நீதித் துறை சீர்திருத்தக் குழு என்ற ஒரு அமைப்பு உச்ச நீதிமன்றத்தில் ஒரு மனுவைத் தாக்கல் செய்கிறது. ஒடிஷா உயர் நீதிமன்றத்தைச் சேர்ந்த

ஒரு நீதிபதி, உச்ச நீதிமன்றத்தில் நிலுவையில் உள்ள மருத்துவக் கல்லூரி தொடர்பான இரு வழக்குகளில் ஆதரவான உத்தரவைப் பெற்றுத் தருவதாகக் கூறி லஞ்சம் பெற்ற விவகாரத்தை விசாரித்தது.

அந்த வழக்கு ஒரு சுவாரஸ்யமான வழக்கு. 2015ம் ஆண்டு, ஏற்கெனவே பல கல்லூரிகளை நடத்தி வரும் பிரசாந்த் கல்வி அறக்கட்டளை, புதிய மருத்துவக் கல்லூரி தொடங்குவதற்காக விண்ணப்பிக்கிறது. அகில இந்திய மருத்துவக் கவுன்சில், கல்லூரியில் உட்கட்டமைப்பு வசதி இல்லை என்று கூறி நிராகரிக்கிறது. பிறகு மத்திய அரசு அனுமதியை அளிக்கிறது. அனுமதி அளித்த பிறகு, மருத்துவக் கவுன்சில் அதிகாரிகள் மீண்டும் ஆய்வு நடத்துகிறார்கள். அந்த ஆய்வில் மருத்துவமனையும் இல்லை, உட்கட்டமைப்பும் இல்லை என்று கூறி, அந்தக் கல்வியாண்டில் இக்கல்லூரி மாணவர்களைச் சேர்க்கக்கூடாது என்று கூறி விடுகிறது.

மத்திய சுகாதாரத் துறை இதை ஏற்றுக் கொண்டு, டெபாசிட்டாக அக்கல்லூரி கட்டிய 2 கோடி ரூபாயை மருத்துவக் கவுன்சில் எடுத்துக் கொள்ளலாம் என்று உத்தரவிடுகிறது.

இதை எதிர்த்து இக்கல்லூரி உச்ச நீதிமன்றத்தில் வழக்கு தொடுக்கிறது. தீபக் மிஸ்ரா, அமித்தவ ராய் மற்றும் கன்வாலிக்கர் அடங்கிய அமர்வு, இக்கல்லூரியின் விண்ணப்பத்தை மீண்டும் பரிசீலிக்க வேண்டும் என்றும், இயற்கை நீதிக்கு முரணாக விண்ணப்பத்தை நிராகரிக்கக்கூடாது என்றும் உத்தரவிடுகிறது. பிறகு வழக்கை நிலுவையில் வைக்கிறது.

இதற்கிடையே சிபிஐ ஒரு முதல் தகவல் அறிக்கையை பிரசாத் கல்வி அறக்கட்டளையின் நிர்வாகிகளில் ஒருவரான யாதவ்மீது பதிவு செய்கிறது. குற்றச்சாட்டு என்னவென்றால், ஓய்வு பெற்ற உயர் நீதிமன்ற நீதிபதி கொடுஸியோடு கூட்டுச்சதியில் ஈடுபட்டு, யாதவ் சாதகமான தீர்ப்பைப் பெற லஞ்சம் தர முயற்சித்தார் என்பதே அது. கொடுஸி உச்ச நீதிமன்றத்தில் நிலுவையில் உள்ள வழக்கை வாபஸ் பெற்றுவிட்டு, அலகாபாத் உயர் நீதிமன்றத்தில் வழக்கு தாக்கல் செய்யுமாறு சொல்கிறார். அதன்படியே செய்ததும் 25 ஆகஸ்ட் 2017 அன்று, அலகாபாத் உயர் நீதிமன்றம், 2 கோடியை மருத்துவக் கவுன்சில் எடுத்துக்கொள்ளக்கூடாது என்றும், கல்லூரி மாணவர்களைச் சேர்க்கலாம் என்றும் உத்தரவிடுகிறது.

இதை எதிர்த்து மருத்துவக் கவுன்சில் உச்ச நீதிமன்றம் செல்கிறது. அந்த வழக்கும் தீபக் மிஸ்ரா முன்பாகவே வருகிறது. 2 கோடி ரூபாய் டெபாசிட்டை மருத்துவக் கவுன்சில் எடுத்துக் கொள்ளக்

கூடாது என்று உத்தரவிடுகிறார் மிஸ்ரா. மாணவர் சேர்க்கைக்கு அனுமதி வேண்டும் என்று கேட்டு, பிரசாந்த் கல்வி அறக்கட்டளை மீண்டும் உச்ச நீதிமன்றம் செல்கிறது. 2018-2019 ஆண்டுக்கு மாணவர்களை அக்கல்லூரி சேர்த்துக் கொள்ளலாம் என்று தீபக் மிஸ்ரா தீர்ப்பளிக்கிறார். இதற்கு மறுநாள்தான் சிபிஐ ஓய்வு பெற்ற நீதிபதி கொடுஸி உட்பட ஆறு பேர் மீது எப்ஐஆர் பதிவு செய்கிறது. ஆறு பேரில் ஐவரைக் கைது செய்கிறது சிபிஐ.

இந்தப் பின்னணியில்தான் ஓய்வுபெற்ற உச்ச நீதிமன்றத் தலைமை நீதிபதியின் தலைமையில் ஒரு விசாரணைக் குழுவை அமைக்க வேண்டும் என்று ஒரு மனுவைத் தாக்கல் செய்து, இரண்டாவது மூத்த நீதிபதியான செல்லமேஷ்வர் முன்பு முறையிடுகின்றனர். நீதிபதி செல்லமேஷ்வர், தலைமை நீதிபதி உள்ளிட்ட மூத்த ஐந்து நீதிபதிகள் கொண்ட அமர்வின் முன்பாக இது விசாரிக்கப்பட வேண்டும் என்று உத்தரவிடுகிறார். இந்த வழக்கைத் தொடர்ந்தவர் மூத்த வழக்கறிஞர் பிரசாந்த் பூஷன். அன்று மாலையே உச்ச நீதிமன்றத்தில் இருந்து பிரசாந்த் பூஷணுக்கு ஒரு தொலைபேசி அழைப்பு. இந்த வழக்கை நீதிபதி செல்லமேஷ்வரிடமிருந்து வேறு ஒரு அமர்வுக்கு மாற்றி விட்டார்கள் என்று கூறுகிறார்கள்.

மறுநாள் இதே விவகாரம் தொடர்பாக மூத்த வழக்கறிஞர் காமினி ஜெய்ஸ்வால் ஒரு மனுவை தாக்கல் செய்து நீதிபதி செல்லமேஷ்வர் முன்பு அவசர வழக்காக விசாரிக்குமாறு கோருகிறார். நீதிபதி செல்லமேஷ்வர், மத்திய அரசினை பதிலளிக்குமாறு உத்தரவிட்டு, வழக்கை ஐந்து நீதிபதிகள் கொண்ட அமர்வு விசாரிக்க வேண்டும் என்று உத்தரவிடுகிறார். பிரசாந்த் பூஷன் மனுவும், காமினி ஜெய்ஸ்வால் மனுவும் ஐந்து நீதிபதிகள் கொண்ட அமர்வின் முன்பு விசாரிக்கப்படவேண்டியது. ஆனால் திடீரென்று இந்த இரு வழக்குகளும் ஏழு நீதிபதிகள் கொண்ட தீபக் மிஸ்ரா தலைமை யிலான அமர்வின் முன்பு விசாரிக்கப்படும் என்று அறிவிக்கப்படுகிறது.

தன் வாதத்தைத் தொடங்கிய பிரசாந்த் பூஷன், இந்த வழக்கில் குற்றச்சாட்டே தலைமை நீதிபதி குறித்துதான். எஃப்ஐஆர் உங்கள் மீதுதான், ஆகையால் நீங்கள் இவ்வழக்கை விசாரிக்கக் கூடாது என்று கூறுகிறார். அதற்கு தீபக் மிஸ்ரா 'நான்சென்ஸ். நீதிமன்ற அவமதிப்புக்கு ஆளாவீர்கள்' என்கிறார். உடனே பூஷன் 'நீதிமன்ற அவமதிப்பு வழக்கு தொடருங்கள்' என்கிறார். 'நீங்கள் அதற்குத் தகுதியானவர் இல்லை' என்கிறார் மிஸ்ரா.

என் தரப்பைக் கேளுங்கள் என்று பூஷன் கூறியதை தீபக் மிஸ்ரா காதிலேயே வாங்கிக் கொள்ளவில்லை. பூஷன் வெளிநடப்பு செய்கிறார். இந்த வழக்கை வேறு ஒரு அமர்வு விசாரிக்கும் என்று உத்தரவிடுகிறார் தீபக் மிஸ்ரா.

ஆர்.கே. அகர்வால், அருண் மிஸ்ரா மற்றும் கன்வாலிக்கர் அடங்கிய அமர்வு இந்த மனுவைத் தள்ளுபடி செய்ததோடு வழக்கு தொடர்ந்த பூஷணின் அமைப்புக்கு 25 லட்சம் அபராதம் விதித்தது.

மருத்துவக் கல்லூரி அனுமதிக்கு லஞ்சம் கொடுத்த விவகாரம் தொடர்பாக சிபிஐ வழக்குப் பதிவு செய்து, சோதனைகளை நடத்தி 2 கோடி ரூபாயைக் கைப்பற்றியது. அலகாபாத் உயர் நீதிமன்ற நீதிபதி நாராயணன் சுக்லா என்பவர், லஞ்சம் பெற்றுக்கொண்டு மருத்துவக் கல்லூரிக்கு ஆதரவாக உத்தரவு பிறப்பித்ததை சிபிஐ கண்டுபிடித்தது.

நீதிபதி நாராயணன் சுக்லா மீது வழக்குப் பதிவு செய்ய அனுமதி கேட்டு, தீபக் மிஸ்ராவை சிபிஐ அணுகியது. அனுமதி மறுத்த மிஸ்ரா, நாங்களே விசாரித்துக்கொள்கிறோம் என்று கூறிவிட்டார். ஒரு வழக்கில் லஞ்சம் கொடுத்தற்கான ஆதாரங்களைச் சேகரிப்பது, சம்பந்தப்பட்டவர்களைக் கைது செய்வது, சோதனை நடத்துவது போன்றவற்றை ஒரு புலனாய்வு அமைப்புதானே செய்யமுடியும்? நீதிபதிகளால் இதை எப்படிச் செய்யமுடியும்? ஆனால் அந்த வழக்கு சிபிஐக்கு போனால், தன் வீட்டு வாசலில்தான் வந்து நிற்கும் என்பது தீபக் மிஸ்ராவுக்கு நன்றாகவே தெரிகிறது. சிபிஐ வழக்கு பதிவு செய்வதற்கு அனுமதி மறுத்த தீபக் மிஸ்ரா அதன் பிறகு அதன்மீது எந்த நடவடிக்கையும் எடுக்கவில்லை. நீதிபதி நாராயணன் சுக்லா இன்றும் அலகாபாத் நீதிமன்றத்தின் நீதிபதியாகத்தான் உள்ளார்.

தீபக் மிஸ்ராமீது இருந்த இந்தப் புகாரை வைத்துத்தான் மத்திய அரசு, சிபிஐயை வைத்து, தீபக் மிஸ்ராவை மிரட்டி சாதகமான உத்தரவு களைப் பெற்றது என்று பிரசாந்த் பூஷன் வெளிப்படையாகவே குற்றம் சாட்டினார். நான்கு நீதிபதிகள் பத்திரிகையாளர்களைச் சந்தித்து தீபக் மிஸ்ராவை விமர்சித்தபோது அவர்களில் ஒருவராக இருந்த குரியன் ஜோசப், பதவியிலிருந்து ஓய்வுபெற்ற பிறகு, 'தலைமை நீதிபதி தீபக் மிஸ்ராவை வெளியிலிருந்து யாரோ இயக்குகிறார்கள் என்று நாங்கள் சந்தேகப்பட்டோம்' என்று வெளிப்படையாகவே குற்றம்சாட்டினார்.

இந்த மருத்துவக் கல்லூரி வழக்கு தவிர, மேலும் பல வழக்குகளில் அரசுக்குச் சாதகமாக முடிவெடுத்துள்ளார் தீபக் மிஸ்ரா. சிபிஐயில்

சிறப்பு இயக்குநராக நியமிக்கப்பட்ட ராகேஷ் அஸ்தானாவின் நியமனத்தை எதிர்த்து பிரசாந்த் பூஷன் வழக்கு தொடர்ந்தார். அந்த வழக்கு நீதிபதிகள் ரஞ்சன் கோகோய் மற்றும் நவீன் சின்கா முன்பு வந்தது. அப்போது நவீன் சின்கா தான் இதை விசாரிக்க விரும்ப வில்லை என்று கூறியதும், ரஞ்சன் கோகோய், நவீன் சின்கா இல்லாத அமர்வில் இதைப் பட்டியலிடும்படி உத்தரவிட்டார்.

நியாயப்படி ரஞ்சன் கோகோயிடம்தான் இந்த வழக்கு சென்றிருக்க வேண்டும். ஆனால் இவ்வழக்கு அவரிடம் செல்லாமல் நீதிபதிகள் ஆர்.கே. அகர்வால் மற்றும் அபய் மனோகர் சாப்ரே அமர்வு முன் வந்தது. வழக்கு தள்ளுபடி செய்யப்பட்டது என்பதைச் சொல்ல வேண்டியதில்லை.

பிரசாந்த் பூஷன் தாக்கல் செய்த 2ஜி ஊழல் தொடர்பான வழக்கு 6 நவம்பர் 2016 அன்று விசாரணைக்கு வரும் என்று பட்டியலிடப் பட்டது. ஆனால் அன்று அது பட்டியலிடப்படவில்லை. அடுத்து தலைமை நீதிபதி முன் வரும் என்று பட்டியலிடப்பட்டது. அப்படியும் நடக்கவில்லை. அடுத்து 13 நவம்பர் அன்று நீதிபதிகள் கன்வாலிகர் மற்றும் சந்திரசூட் முன்பு வரும் என்று பட்டியலிடப் பட்டது. இரு நீதிபதிகளும் நாங்கள் இதை விசாரிக்க விரும்ப வில்லை என்று கூறிவிட்டனர். இறுதியாக பணி மூப்பில் மிக மிக இளைய நீதிபதியான அருண் மிஸ்ரா முன்பு பட்டியலிடப்பட்டது.

நீதிபதி லோயா வழக்கில் என்ன நடந்தது என்பதை ஏற்கெனவே பார்த்தோம்.

29 ஜனவரி 2016 அன்று காங்கிரஸ் தலைவர் சசி தரூர் மனைவி கொலை செய்யப்பட்டது தொடர்பான வழக்கு நீதிபதி அருண் மிஸ்ரா முன்பு பட்டியலிடப்பட்டது. அது எதற்காகப் பட்டியலிடப் பட்டது என்றால், சுப்ரமணியன் சுவாமி மூன்றாவது நபர். அவர் இந்த மனுவைத் தாக்கல் செய்யத் தகுதி இருக்கிறதா இல்லையா என்பதை முடிவு செய்யப் பட்டியலிடப்பட்டது. ஆனால் அது குறித்து முடிவு செய்யும் முன்பே, டெல்லி காவல்துறை பதில் சொல்ல நோட்டீஸ் அனுப்பினார் அருண் மிஸ்ரா.

வழக்கமாக கிரிமினல் வழக்குகளை விசாரிப்பதற்கென்றே பிரத்யேக அமர்வுகள் இருந்த நிலையில் அமித் ஷாவின் வழக்கை தன் முன்பாகப் பட்டியலிட்டுக் கொண்டார் தீபக் மிஸ்ரா.

குஜராத்தைச் சேர்ந்த நீதிபதி ஜெயந்த் பட்டேல். அவர் கர்நாடக உயர் நீதிமன்றத்தில் இரண்டாவது மூத்த நீதிபதியாகப்

பணியாற்றினார். அவர் தொடர்ந்து அங்கேயே பணியாற்றி இருந்தால், அப்போது தலைமை நீதிபதியாக இருந்த சுப்ரத்தோ கமல் முகர்ஜி ஓய்வுபெற்ற பிறகு தலைமை நீதிபதியாகியிருப்பார். ஆனால் அவரை எவ்வித காரணமும் இன்றி, அலகாபாத் உயர் நீதிமன்றத்துக்கு மாற்றினார் தீபக் மிஸ்ரா. அலகாபாத் உயர் நீதிமன்றத்துக்கு ஜெயந்த் படேல் சென்றால் அங்கே மூன்றாவது நீதிபதியாகத்தான் இருப்பார். தலைமை நீதிபதியாகியிருக்க முடியாது. அவர் உடனடியாக தன் பதவியை ராஜினாமா செய்தார். இது மோடி மற்றும் அமித் ஷாவால் நடந்திருக்கும் என்பதை ஊகிப்பது அத்தனைக் கடினமா என்ன?

இது போல மத்திய அரசுக்குச் சாதகமாக எல்லா நடவடிக்கை களையும் தீபக் மிஸ்ரா எடுத்தார். உச்ச நீதிமன்றத்தின் மாண்பை தீபக் மிஸ்ரா மோடியிடம் அடகு வைத்தார் என்று சொல்வது மிகைச் சொல் அல்ல.

பல்வேறு குறைகள் இருந்தாலும், இந்திய நீதித் துறை உலக நீதிமான்களால் போற்றப்படுவது. ஏனென்றால் அரசுக்கு அஞ்சாமல் பல்வேறு தீர்ப்புகளை வழங்கியுள்ளனர் இந்திய நீதிபதிகள்.

ஆனால் மோடியின் ஆட்சிக் காலத்தில், நீதிமன்றங்களையே கூண்டுக் கிளிகளாக மாற்றி, இந்தியா முழுக்க உள்ள உயர் நீதிமன்றங்களில் இந்துத்வா சார்புடையவர்களாக மாற்ற மோடி முயன்றார். அதில் ஓரளவு வெற்றியும் கண்டிருக்கிறார்.

11

சிதைந்த அமைப்புகள்

சுதந்திர இந்தியா உலக நாடுகளோடு போட்டி போடும் வகையில் வளர்ச்சியடைய வேண்டும் என்ற கனவோடுதான் நேரு, ஐஐடி, ஐஐஎம்கள் அல்லாமல் பல்வேறு ஆராய்ச்சி அமைப்புகளை உருவாக்கினார். சிபிஐ, ரிசர்வ் வங்கி போன்ற அமைப்புகளைப் பலப்படுத்தினார். அதன் பிறகு இருந்த அரசுகள், இந்த அமைப்பு களை தன்னிச்சையாகவே செயல்பட அனுமதித்தன. ஆனால் மோடி இந்த அமைப்புகளையெல்லாம் மெல்ல சிதைக்கத் தொடங்கினார்.

இந்தியத் திரைப்பட மற்றும் தொலைக்காட்சி பயிற்சி நிறுவனம் பூனாவில் இருந்து இயங்கி வருகிறது. இந்த நிறுவனம் உலகப் புகழ் பெற்றது. இந்நிறுவனத்தின் தலைமை இயக்குநராக பிரபல இயக்குநர்கள் எழுத்தாளர்கள் இருந்துள்ளனர். கிரிஷ் கர்நாட், யு.ஆர்.அனந்தமூர்த்தி போன்ற இலக்கிய உலக ஜாம்பவான்கள் அதன் தலைவராக இருந்திருக்கிறார்கள்.

ஆனால் நரேந்திர மோடி, கஜேந்திர சவுகான் என்பவரை பயிற்சி நிறுவனத்தின் தலைவராக நியமித்தார். கஜேந்திர சவுகான் மகாபாரதத் தொடரில் யுதிஷ்டிரர் வேடத்தில் நடித்தார். சில மூன்றாம் தர திரைப்படங்களை எடுத்தார். இதைத் தாண்டி இவருக்கான முக்கியத் தகுதி 2004ல் கட்சியில் இணைந்து, பிஜேபிக்காக பிரச்சாரம் செய்தது மட்டுமே. இது தவிர, இந்தப்

பயிற்சி நிலையத்தின் இயக்குநர் குழுமத்தில் ஆர்எஸ்எஸ் பின்புலம் உள்ளவர்களை நியமித்தார் மோடி. இதை எதிர்த்து மாணவர்கள் வேலை நிறுத்தத்தில் ஈடுபட்டனர். ஆனால் மோடி அசைந்து கொடுக்கவேயில்லை.

டெல்லியில் உள்ள ஜவாஹர்லால் நேரு பல்கலைக்கழகம் உலகப் புகழ் பெற்றது. இடது சாரி சிந்தனைகளுக்கும், முற்போக்குச் சிந்தனைகளுக்கும் இடமளிக்கும் ஒரு முக்கியமான பல்கலைக் கழகம் அது.

அப்சல் குருவை தூக்கிலிட்டதைக் கண்டித்து ஜவாஹர்லால் நேரு பல்கலைக்கழகத்தில் ஒரு நிகழ்ச்சி ஏற்பாடு செய்யப்பட்டது. அந்த நிகழ்ச்சியில் கன்னையா குமார் என்று ஒரு மாணவர் பேசினார். அந்தக் கூட்டத்தின் நடுவில் இருந்து சில அடையாளம் தெரியாத நபர்கள் இந்தியாவுக்கு எதிராகவும் தனி காஷ்மீர் வேண்டுமென்றும் முழக்கங்களை எழுப்பினர்.

ஜேஎன்யுவைத் தகர்க்க வேண்டும் என்கிற விருப்பம் நீண்ட நாட்களாகவே பிஜேபிக்கு உண்டு. அப்சல் குரு நிகழ்ச்சி நடந்து முடிந்ததும், பிஜேபி நாடாளுமன்ற உறுப்பினர் மகேஷ் கிரி, கன்னையா குமார் உள்ளிட்ட மாணவர்கள் தேசவிரோத நடவடிக்கையில் ஈடுபட்டதாகப் புகாரளித்தார். இதையடுத்து கன்னையா குமார் உள்ளிட்ட நான்கு மாணவர்கள் கைது செய்யப்பட்டனர்.

இவர்களின் ஜாமீன் மனு டெல்லி நீதிமன்றத்தில் தாக்கல் செய்யப்பட்டது. அதன் விசாரணை நடந்தபோது, பிஜேபியைச் சேர்ந்த வழக்கறிஞர்கள் நீதிபதி முன்னிலையிலேயே கன்னையா குமாரின் வழக்கறிஞர்கள் மீது தாக்குதல் நடத்தினர்.

இந்தச் சம்பவம் நடந்த சில நாட்களில், மனித வள மேம்பாட்டுத் துறை அமைச்சர் ஸ்மிருதி இராணி அனைத்து மத்தியப் பல்கலைக் கழகங்களிலும் தேசியக் கொடி ஏற்றவேண்டும் என்று உத்தர விட்டார். தேசபக்தி இல்லாத மாணவர்கள் வெளியேறவேண்டும் என்றும் கூறினார்.

பல்கலைக்கழகங்கள்தான் இப்படியென்றால், ரிசர்வ் வங்கி ஆளுநர்களை மோடி படுத்தியபாடு சொல்லி மாளாது. ரகுராம் ராஜன் ரிசர்வ் வங்கியின் ஆளுநராக இருந்து வந்தார். அவர் இருந்த வரை தனது பணிகளைச் செவ்வனே செய்து கொண்டிருந்தார். பல தொழிலதிபர்கள் பொதுத்துறை வங்கிகளில் கடன் வாங்கி ஏமாற்றி மோசடியில் ஈடுபட்டதை அவர் ஒரு குழு அமைத்துக் கண்டறிந்தார்.

இதையொட்டி, பிரதமர் மோடிக்கு அவர் நீண்ட கடிதம் எழுதினார். பொதுத்துறை வங்கிகளை ஏமாற்றுவோர் மீது விரிவான விசாரணை நடத்தி கடும் நடவடிக்கை எடுக்க வேண்டும் என்று கடிதத்தில் குறிப்பிட்டிருந்தார்.

ஆனால் அவர் மீதுதான் தாக்குதல் தொடங்கியது. மோடி அவரை நேரடியாகத் தாக்காமல், சுப்ரமணியன் சுவாமியை அவர் மீது தாக்குதல் தொடுக்குமாறு கேட்டுக் கொண்டார். ரகுராம் ராஜனின் பதவிக் காலம் முடிந்ததும் அவருக்கு நீட்டிப்பு வழங்கப்படும் என்றே பெரும்பாலானோர் எதிர்பார்த்திருந்தனர். ஆனால், சுப்ரமணியன் சுவாமி, ரகுராம் ராஜன் மீது தொடர்ந்து பல குற்றச்சாட்டுகளைச் சுமத்தினார். அவர் அமெரிக்கா வாழ் இந்தியர் என்பதால் ரகசியங்களை அமெரிக்காவுக்கு வெளியிடுகிறார் என்று தொடர்ந்து அவர் மீது தாக்குதல் நடத்தினார். ரகுராம் ராஜன் பணிக்காலம் முடிந்ததும் வெளியேறினார்.

அவருக்கு அடுத்து ரிசர்வ் வங்கியின் பதவிக்கு வந்தவர் உர்ஜித் பட்டேல். இவர் இதற்கு முன்பு குஜராத் பெட்ரோலியம் கார்ப்பரேஷனில் தணிக்கை இயக்குநராக இருந்தார். இவர் காலத்தில் தான் அந்நிறுவனத்தின் கடன் அதிகரித்தது. தணிக்கை இயக்குநராக இதனைத் தடுத்திருக்க வேண்டிய அவர், அமைதியாக இருந்தார். அதற்கு பிரதிபலனாகவே ரிசர்வ் வங்கியின் ஆளுநராக ஆக்கப் பட்டார். நம்முடைய ஆள் என்று துணிந்துதான் உர்ஜித் பட்டேல் கவர்னராக்கப்பட்டார்.

அதன் பிறகு அலுவல் சாரா இயக்குநர்களாக ஆடிட்டர் குருமூர்த்தி போன்றவர்களை நியமித்தார் மோடி. தேர்தலுக்கு 6 மாதங்களே உள்ள நிலையில் ரிசர்வ் வங்கி கையிருப்பில் வைத்திருக்கும் நிதியை அரசுக்கு வழங்க வேண்டும் என்று அரசுத் தரப்பில் இருந்து கோரிக்கை வைக்கப்படுகிறது. நாட்டில் புழக்கத்தில் உள்ள ரூபாய் நோட்டுகளுக்கு நிகராகவோ, கூடுதலாகவோ, ரிசர்வ் வங்கி தங்கமாகவோ, அல்லது அமெரிக்க டாலராகவோ வைத்திருக்க வேண்டும். அப்படி வைக்கத் தவறினால் நமது கையில் இருக்கும் ரூபாய் நோட்டு வெறும் காகிதமே. அதனால் போதுமான அந்நியச் செலாவணி மற்றும் தங்கத்தை வைத்திருக்க வேண்டியது ரிசர்வ் வங்கியின் கடமை. அது குறைந்தால் நம் பொருளாதாரமே நிலை குலைந்து போவதற்கான வாய்ப்பு உண்டு.

தேர்தல் நெருங்குவதால், ரிசர்வ் வங்கியின் நிதியை வாங்கி இலவசத் திட்டங்கள் அறிவிக்கலாம் என்று மோடி திட்டமிட்டார்.

அதற்காக ரிசர்வ் வங்கியில் உள்ள உபரி பணத்தைத் தருமாறு மோடி தரப்பில் ரிசர்வ் வங்கி ஆளுநர் உர்ஜித் பட்டேலிடம் கோரிக்கை வைக்கப்பட்டது. அவர் தொடர்ந்து மறுத்து வந்தார். 2018 டிசம்பர் மாதத்தில் 'சொந்தக் காரணங்களுக்காக' என்று கூறி தனது பதவியை ராஜினாமா செய்தார்.

அடுத்ததாக அவருக்குப் பதிலாக யாரை மோடி நியமித்தார் என்பதுதான் சிறப்பு. சக்திகாந்தா தாஸ் என்ற ஒரு ஓய்வு பெற்ற ஐஏஎஸ் அதிகாரியை நியமித்துள்ளார். இவர் தமிழகத்தைச் சேர்ந்தவர். இதற்கு முன்பு பொருளாதார விவகாரங்களுக்கான துறையின் செயலராக இருந்தார். இவர் அப்பதவியில் இருந்தபோது தான் பண மதிப்பிழப்பு நடந்தது. அது நடந்த சமயத்தில் தினந்தோறும் பத்திரிகையாளர்களைச் சந்தித்து, பண மதிப்பிழப்பின் நன்மைகளை விளக்குவார். பணமதிப்பிழப்பு நடந்து சரியாக ஒரு வருடத்துக்குப் பின், தனது ட்விட்டர் அக்கவுன்ட்டில், பணமதிப்பிழப்பு வெற்றிகர மான ஒரு நடவடிக்கை என்று பதிவு செய்தார் சக்திகாந்தா தாஸ்.

அவர்தான் இன்று ரிசர்வ் வங்கி ஆளுநர். இப்படி படிப்படியாக அத்தனை அமைப்புகளையும் சிதைத்தார் மோடி.

மத்திய தலைமை கண்காணிப்பு ஆணையம் என்ற அமைப்பின் கீழ்தான் சிபிஐ பணியாற்றுகிறது. அந்தப் பதவிக்கு கே.வி. சவுத்ரி என்ற ஐஆர்எஸ் அதிகாரியை நியமித்தது மோடி அரசு. இதற்கு மூத்த வழக்கறிஞர்கள் சுப்ரமணியன் சுவாமி மற்றும் ஜெத்மலானி ஆகியோர் உடனடியாக எதிர்ப்புத் தெரிவித்துக் கடிதம் எழுதினார் கள். அவர்கள் தங்கள் கடிதத்தில், இதற்கு முன்னால் சிபிஐ இயக்குநராக இருந்த ரஞ்சித் சின்காவை இரவில் பல முறை கே.வி. சவுத்ரி சந்தித்திருக்கிறார் என்று கூறியிருந்தார்கள். ஏனெனில் ரஞ்சித் சின்காவை முந்தைய ஒரு வருட காலமாக யார் யாரெல்லாம் சந்தித்தார்கள் என்கிற தகவல்கள் வெளிவந்திருந்தது. ரஞ்சித் சின்கா அவருடைய வீட்டில் இரவு பத்து மணிக்கு மேல் சந்தித்த பலரும் சிபிஐ வழக்கில் குற்றவாளியாக சந்தேகத்திற்கு உட்படுத்தப் பட்டிருந்தவர்கள். ரஞ்சித் சின்கா தனிப்பட்ட முறையில் சிபிஐயின் சந்தேகப் பட்டியலில் இருப்பவர்களைச் சந்தித்தது பற்றி சிபிஐ வழக்குப் பதிவு செய்துள்ளது. அந்த வழக்கு நடைபெற்றுக் கொண்டிருக்கிறது. இப்படி ரஞ்சித் சின்காவை சந்தித்த ஒருவராக சவுத்ரி இருந்தார்.

ஏனெனில் கே.வி. சவுத்ரி வருமான வரித் துறையில் ஒரு மூத்த அதிகாரியாக இருந்தபோது ஸ்டாக் குரு என்ற பெரும் ஊழலில்

அவர் பெயர் அடிபட்டது. தலைமை கண்காணிப்பு ஆணையர் என்பவர் அப்பழுக்கற்றவராக இருக்கவேண்டும் என்று சட்டம் கூறுகிறது. நிச்சயமாக சவுத்ரி அப்பகுழுக்கற்றவர் இல்லை என்று அக்கடிதத்தில் கூறினார்கள்.

சவுத்ரியின் பெயர்தான் இப்படி என்றால் கண்காணிப்பு ஆணையராக நியமிக்கப்பட்ட பசின் என்பவர் மீதும் புகார் இருந்தது. அவர் இந்தியன் வங்கியின் மேலாண் இயக்குநராக பணியாற்றியபோது, அவருக்குக் கீழ் பணிபுரிந்த ஒரு பொது மேலாளரின் ஆண்டறிக்கையைச் சட்டவிரோதமாகத் திருத்தினார் என்றும் குற்றம் சாட்டப்பட்டது.

பிரசாந்த் பூஷன் இந்தக் குற்றச்சாட்டுகளை சுட்டிக்காட்டி, இருவர் நியமனங்களையும் ரத்து செய்ய வேண்டும் என்று உச்ச நீதிமன்றத்தில் வழக்குத் தொடுத்தார். ஆனால் அந்த வழக்குத் தள்ளுபடி செய்யப்பட்டது. சவுத்ரியைத் தலைமை கண்காணிப்பு ஆணையராக நியமித்தது பின்னாளில் ஏற்பட்ட பல குழப்பங்களுக்குக் காரணமாய் அமைந்தது.

ராகேஷ் அஸ்தானா. இவர் குஜராத் கேடரைச் சேர்ந்தவர். இவர் சிபிஐயில் சிறப்பு இயக்குநராக நியமிக்கப்பட்டார். இவர் மோடி மற்றும் அமித் ஷாவுக்கு மிகவும் நெருக்கமானவராக அறியப் பட்டவர். சிபிஐ இயக்குநராக இருந்த அனில் சின்ஹா டிசம்பர் 2 அன்று பதவி ஓய்வு பெறுகிறார்.

இவருக்கு அடுத்த நிலையில் இருந்தவர் ஆர்.கே. தத்தா கர்நாடக கேடர் ஐபிஎஸ் அதிகாரியான இவர், சிபிஐயில் பல்வேறு நிலைகளில் 19 ஆண்டுகள் பணியாற்றி இருந்தார். அனில் சின்ஹா ஓய்வுக்கு மூன்று நாட்களுக்கு முன், இவர் சிபிஐயில் இருந்து உள்துறையில் ஒரு மோசமான பணியிடத்துக்கு மாறுதல் செய்யப்படுகிறார்.

அவர் இடத்தில் பொறுப்பு இயக்குநராக ராகேஷ் அஸ்தானா நியமிக்கப்படுகிறார். பின்னர், டெல்லி காவல்துறை ஆணையராக இருந்த அலோக் வர்மா முழு நேர இயக்குநராக நியமிக்கப் படுகிறார்.

ராகேஷ் அஸ்தானா மீது பல்வேறு புகார்கள் இருந்தன. சிபிஐ விசாரித்த ஒரு வழக்கில் 3.5 கோடி லஞ்சம் பெற்றார் அஸ்தானா என்று பிரசாந்த் பூஷன் மற்றும் யோகேந்திர யாதவ் புகார் கூறினர்.

ஸ்டெர்லிங் பயோடெக் என்ற நிறுவனம் ஊழலில் ஈடுபட்டதாக சிபிஐ வழக்கு பதிவு செய்து, குஜராத்தின் வதோத்ரா, மும்பை மற்றும் ஊட்டியில் சோதனைகள் நடத்தியது. இந்த வழக்கில் அப்போது சூரத் மாவட்ட காவல் துறை ஆணையராக இருந்த ராகேஷ் அஸ்தானா மற்றும் சில வருமான வரித் துறை அதிகாரிகள் லஞ்சம் பெற்ற விவகாரம் தெரிய வந்தது.

சிபிஐயில் அஸ்தானாவை சிறப்பு இயக்குநராகச் சேர்ப்பதா வேண்டாமா என்பதை விவாதிக்க நியமனக் குழு கூடுகிறது. அந்தக் குழு விவாதிக்கையில், சிபிஐ இயக்குநரின் கருத்தைக் கேட்டிருக்க வேண்டும். ஆனால் அவ்வாறு கேட்காமலேயே அஸ்தானாவை சிபிஐக்கு நியமிப்பது என்று அந்தக் குழு முடிவெடுத்தது.

அப்படியே அஸ்தானாவும் கூடுதல் இயக்குநராக நியமிக்கப்படுகிறார்.

அஸ்தானா குஜராத்தில் இருந்தபோது கோத்ரா ரயில் எரிப்பு சம்பவத்தை விசாரித்தவர். மேலும், லாலு யாதவின் மீதான ஊழல் வழக்கையும் விசாரித்தவர். அதனால் அவர் மோடிக்கு நெருக்க மானவர் என்ற பேச்சு அதிகாரிகள் மட்டத்தில் உண்டு. அதற்கு ஏற்றாற் போலத்தான் அஸ்தானாவும் நடந்து கொண்டார்.

எந்த முக்கிய வழக்காக இருந்தாலும் பிரதமர் அலுவலக அதிகாரி களைத்தான் அஸ்தானா கலந்தாலோசிப்பார். சிபிஐ இயக்குநர் அலோக் வர்மாவுக்கு தகவல்கூடச் சொல்ல மாட்டார்.

டிசம்பர் முதல் வாரத்தில் அப்போது சிபிஐ இயக்குநராக இருந்த அனில் சின்ஹா ஓய்வு பெற இருந்தார். அவர் இடத்துக்கு, சிபிஐயில் நீண்ட நாள் பணியாற்றிய சிறப்பு இயக்குநரான ஆர்.கே.தத்தா நியமிக்கப்பட உள்ளார் என்று பரவலான பேச்சு இருந்தது. ஆனால் அனில் சின்ஹா ஓய்வு பெற மூன்று நாட்கள் இருந்த நிலையில் ஆர்.கே.தத்தா. உள்துறை அமைச்சக பதவிக்கு அனுப்பப்பட்டார்.

அதிகாரிகள் மட்டத்தில் இது பெரும் அதிர்வலையை ஏற்படுத்தியிருந்தது.

அனில் சின்ஹா பதவியில் இருந்து ஓய்வு பெற்றதும், அவர் இடத்தில் பொறுப்பு இயக்குநராக அஸ்தானாவை நியமித்தது மத்திய அரசு. சில நாட்களுக்குப் பிறகு, டெல்லி காவல்துறை ஆணையராக இருந்த அலோக் வர்மாவை இயக்குநராக மத்திய அரசு நியமித்தது.

அலோக் வர்மா வந்தது முதலே இருவருக்கும் ஏழாம் பொருத்தம். அஸ்தானாவுக்குப் பிரதமர் அலுவலகத்தில் செல்வாக்கு இருந்ததால்

அவர் சிபிஐ இயக்குநரைக் கூட மதிப்பதில்லை. நாளுக்கு நாள் இந்த மோதல் அதிகரித்துக்கொண்டே வந்தது.

21 அக்டோபர் 2018 அன்று ராகேஷ் அஸ்தானா மீது சிபிஐ எஃப்ஐஆர் பதிவு செய்தது. அந்த எஃப்ஐஆரின் படி, சிபிஐ வழக்கில் சிக்கிய சதீஷ் சானா பாபு என்பவரை, மொயின் குரேஷி என்பவர் மீதான வழக்கில் குற்றவாளியாகச் சேர்க்காமல் இருப்பதற்காக, அஸ்தானா மூன்று கோடி ரூபாய் கேட்டுப் பெற்றதாக வந்த புகாரை அடுத்து, அஸ்தானா மீது எஃப்ஐஆர் பதிவு செய்யப்பட்டது.

அஸ்தானா மோடி உட்பட, அரசாங்கமே ஆடிப் போனது. அதைத் தொடர்ந்து நடந்த சோதனைகள் மற்றும் கைதுகளில் பல்வேறு உண்மைகள் வெளி வந்தன. ராகேஷ் அஸ்தானாவுக்கு நான்தான் லஞ்சம் கொடுத்தேன் என்று ஒரு சாட்சி கூறினார்.

இதற்கிடையே, அஸ்தானா, சிபிஐ இயக்குநர் மீது தலைமை கண்காணிப்பு ஆணையரிடம் ஒரு புகார் அளித்திருந்தார். அந்தப் புகாரில் எந்த வழக்கில் அஸ்தானா லஞ்சம் வாங்கியதாக புகார் எழுந்ததோ அதே வழக்கில் சிபிஐ இயக்குநர் அலோக் வர்மாவும் லஞ்சம் வாங்கியதாகக் குற்றச்சாட்டு எழுப்பினார் அஸ்தானா.

24 அக்டோபர் காலை இந்தியாவே அதிர்ந்துபோகக்கூடிய செய்தி வெளியே வந்தது

இரவோடு இரவாக சிபிஐ இயக்குநர் அலோக் வர்மாவும், கூடுதல் இயக்குநர் ராகேஷ் அஸ்தானாவும் சிபிஐயில் இருந்து கட்டாய விடுப்பில் போக உத்தரவிடப்பட்டனர். சிபிஐயில் சிறப்பு இயக்குநராக இருந்த நாகேஸ்வர ராவ் பொறுப்பு இயக்குநராக நியமிக்கப்பட்டார்.

பொறுப்பு இயக்குநராக இருந்த நாகேஸ்வர ராவ், சென்னை சிபிஐயின் இணை இயக்குநராக இருந்தார். அந்தப் பதவியில் இருந்தபோதே, அவர் மீது பல்வேறு ஊழல் குற்றச்சாட்டுகள் எழுந்தன. எழுத்துப்பூர்வமான புகார்களும் சிபிஐ இயக்குநருக்கு அனுப்பப்பட்டன. ஆனால் அதையெல்லாம் புறந்தள்ளி விட்டு, நாகேஸ்வர ராவை இயக்குநராக நியமித்தார் மோடி. இந்த உத்தரவு கையெழுத்தான நேரம் தெரியுமா? விடியற்காலை 2.30.

சிபிஐ அலுவலகத்துக்கு பாதுகாப்பாக இருந்த மத்திய தொழிற் படையினரை விலக்கிவிட்டு, டெல்லி காவல் துறையின் பாதுகாப் போடு, நாகேஸ்வர ராவ் சிபிஐ இயக்குநராக பதவியேற்றார். அன்று

இரவே, அஸ்தானாவும் வேறு பல முக்கிய வழக்குகளையும் விசாரித்த 13 அதிகாரிகளும் பல்வேறு இடங்களுக்கு மாற்றப்பட்டார்கள்.

அலோக் வர்மா, மற்றும் ராகேஷ் அஸ்தானா ஆகிய இருவரும் நீதிமன்றத்தை அணுகினார்கள். மாறுதலுக்கு உள்ளான அதிகாரிகளும் தங்கள் மாறுதலை எதிர்த்து நீதிமன்றம் சென்றார்கள்.

இந்த வழக்கு தற்போது நிலுவையில் உள்ளது.

ராகேஷ் அஸ்தானாவை சிபிஐயில் சேர்க்கும்போதே எழுப்பப்பட்ட குற்றச்சாட்டுகளை விசாரித்திருந்தால் இன்று சிபிஐ சந்தி சிரிக்கும் நிலை ஏற்பட்டிருக்குமா? அவர் சிபிஐயில் சேர்ந்ததற்கான ஒரே காரணம் மோடியோடு அவருக்கு இருந்த நெருக்கம் மட்டுமே.

அதே போல மிக மோசமான ஊழல் பேர்வழியான நாகேஸ்வர ராவ் சிபிஐக்குள் வந்ததும் அவரின் தீவிர இந்துத்துவ போக்கை வைத்துத்தான்.

மீண்டும் மோடி ஆட்சிக்கு வந்தால் என்னவெல்லாம் நடக்கும் என்பதை சற்று யோசித்துப் பாருங்கள்.

12

மோசடிக்கு மேல் மோசடி

பாஜக ஆட்சிக்கு வந்த நாள் முதலாகவே, விவசாயிகளின் வாழ்வு மிகுந்த துயரம் மிகுந்ததாகத்தான் இருந்து வருகிறது. பருவமழை பெய்தாலும் கூட தங்கள் விலை பொருட்களுக்கு போதுமான விலையைப் பெற முடியாத சூழலில்தான் விவசாயிகள் இருந்து வருகின்றனர். நாடு முழுக்க விவசாயிகளின் சிக்கல் அதிகமாகிக் கொண்டே வருகிறது.

2018ம் ஆண்டில் மகாராஷ்டிரத்தின் பல மாவட்டங்களில் இருந்தும் மும்பை நோக்கி விவசாயிகள் குவிந்தனர். பல நாட்களாக நடந்து காலில் வெடிப்பு ஏற்பட்டு ரத்த காயங்களோடு வந்து குவிந்தனர். தமிழகத்தைச் சேர்ந்த விவசாயிகள் டெல்லியில் பல நாட்கள் முகாமிட்டு, பல போராட்டங்களை நடத்தினர். ஆனால் யாருக்கும் மோடி செவி சாய்க்கவில்லை. நட்சத்திரங்களின் திருமண நிகழ்ச்சியில் கலந்து கொள்வதும், வெளிநாடுகளில் சுற்றுப் பயணம் மேற்கொள்வதுமே அவருக்குப் பிரதானமாக இருந்தது.

மிகுந்த படாடோபத்தோடு அறிவிக்கப்பட்டதுதான் மத்திய அரசின் பயிர் பாதுகாப்புத் திட்டம். பிரதான் மந்த்ரி ஃபசல் பீமா யோஜனா என்று இந்தத் திட்டத்துக்கு பெயர் வைத்து ஜனவரி 2016ல் அறிவிப்பு வெளியிட்டார் மோடி. இத்திட்டம் விவசாயிகள் வாழ்வில் பெரும் மாற்றத்தை உருவாக்கும் என்றார் மோடி.

இந்தப் புதிய திட்டத்தில் இதற்குமுன் இருந்த திட்டங்களில் இருந்த குறைகள், குளறுபடிகள் அனைத்தும் சரி செய்யப்பட்டுவிட்டன என்று கூறினார் மோடி.

விவசாயிகள் தங்களுடைய இழப்பீட்டுத் தொகையைப் பெற சிரமப்பட வேண்டியதில்லை. புதிய தொழில்நுட்பத்தைப் பயன்படுத்தி விவசாயிகளுக்கு அதி விரைவாக இழப்பீட்டுத் தொகை வழங்கப்படும் என்றார்.

தகவல் அறியும் உரிமைச் சட்டத்தின் கீழ் பெறப்பட்ட தகவல்களின் அடிப்படையில், பயிர் பாதுகாப்புத் திட்டத்தில் காப்பீட்டுத் தொகை செலுத்தி புதிதாகச் சேர்ந்துள்ள விவசாயிகளின் எண்ணிக்கை 0.42 சதவிகிதம் மட்டுமே அதிகரித்துள்ளது என்பது தெரியவந்தது. அதே நேரத்தில் காப்பீட்டு நிறுவனங்களுக்குச் செலுத்தப்படும் சந்தா 350 சதவிகிதமாக அதிகரித்துள்ளதும் தெரிய வந்தது.

மோடியின் புதிய பயிர்க் காப்பீட்டுத் திட்டத்தின்படி, 2016-17 மற்றும் 2017-18 ஆகிய ஆண்டுகளுக்கு வசூல் செய்யப்பட்ட சந்தாத் தொகை 47,408 கோடி. வழங்கப்பட்ட இழப்பீடு 31,613 கோடி.

அதே வேளையில் முந்தைய திட்டமான தேசிய விவசாயக் காப்பீட்டுத் திட்டத்தின் கீழ் 2014-15 மற்றும் 2015-16ம் ஆண்டில் வசூல் செய்யப்பட்ட தொகை 10,560 கோடி. வழங்கப்பட்ட இழப்பீடு 28,564 கோடி.

புதிய பயிர் காப்பீட்டுத் திட்டத்தில் சேர்ந்த விவசாயிகளின் எண்ணிக்கை மிக மிகக் குறைவு. ஆனால் சந்தாத் தொகை 36,848 கோடியாக, அதாவது 348 சதவிகிதம் அதிகரித்துள்ளது.

பிரதமர் மோடியின் புதிய திட்டத்துக்கு முன்னால் பயிர் காப்பீட்டுத் திட்டத்தில் இணைந்த விவசாயிகளின் எண்ணிக்கை 48.55 மில்லியன். 2017-18 வரையிலான இரண்டாண்டு காலத்தில் 47,408 கோடி சந்தாவாக வசூல் செய்யப்பட்டுள்ளது. சந்தாதாரர்களின் எண்ணிக்கை வெறும் 2 லட்சம் அல்லது 0.42 சதவிகித அளவே அதிகரித்துள்ளது.

இந்தத் திட்டத்தால் பெரும் அளவில் பயனில்லை என்பதை உணர்ந்த பல விவசாயிகள் இத்திட்டத்தில் இருந்து வெளியேறினர்.

2018-19 ஆண்டுக்குள் 100 மில்லியன் ஹெக்டேர் நிலங்களை பயிர் காப்பீட்டுத் திட்டத்துக்குள் கொண்டு வருவேன் என்று

சூளுரைத்தார் மோடி. அந்த இலக்கு காகிதத்திலும், 'பக்தர்களின்' போட்டோ ஷாப்பில் மட்டுமே உள்ளது.

மாநிலங்களவையில் ஒரு கேள்விக்குப் பதிலளித்த விவசாயத் துறைக்கான அமைச்சர், பயிர் காப்பீட்டுத் திட்டங்களில் சேரும் விவசாயிகளின் எண்ணிக்கை குறைந்துள்ளதை ஒப்புக் கொண்டார்.

திட்டத்தில் சேரும் விவசாயிகளின் எண்ணிக்கை குறைந்தாலும், காப்பீட்டு நிறுவனங்கள் பெற்ற ப்ரீமியம் அல்லது சந்தா குறையவில்லை. 2016-17ல் இது 22,362 கோடியாகவும், 2017-18ல் இது 25,046 கோடியாகவும் உயர்ந்துள்ளது. சராசரியாக ஒரு விவசாயி கட்ட வேண்டிய சந்தா, 31 சதவிகிதம் உயர்ந்து 2017-18ம் ஆண்டில் 5,135 ரூபாயாக இருந்தது.

பிஜேபி ஆளும் நான்கு மாநிலங்களில் மட்டும் 84 லட்சம் விவசாயிகள் காப்பீட்டுத் திட்டத்தில் இருந்து வெளியேறி உள்ளனர். மத்திய அரசின் புள்ளி விபரங்களின்படியே 2016-17ல் 29 சதவிகித விவசாயிகள் பயிர் காப்பிட்டுத் திட்டத்தில் சேர்ந்திருந்தனர். இந்தச் சதவிகிதம் 2017-18ல், புதிய காப்பீட்டுத் திட்டம் வந்த பிறகு 25 சதவிகிதமாகக் குறைந்துள்ளது.

பழைய மற்றும் புதிய திட்டங்களில் திட்டத்தில் விவசாயிகள் பெற்ற இழப்பீட்டை ஒப்பிடும்போது, 15,975 கோடியை காப்பீட்டு நிறுவனங்கள் மிச்சப்படுத்தியுள்ளது தெரிய வருகிறது.

விவசாயிகளின் நலனுக்காக உருவாக்கப்பட்ட திட்டம், காப்பீட்டு நிறுவனங்கள் கொள்ளை லாபம் அடிக்கவே பயன்பட்டுள்ளது.

ஒரு சாகுபடிக்கும் இன்னொரு சாகுபடிக்கும் இடையே உள்ள கால அவகாசத்தில் இந்தக் காப்பீட்டுத் தொகை வழங்கப்பட்டிருக்க வேண்டும். ஆனால் பெரும்பாலான தருணங்களில் உரிய நேரத்தில் காப்பீட்டுத் தொகை வழங்கப்படாத காரணத்தால், அடுத்த போகத்துக்கு விதை வாங்கப் பணமில்லாமல் தனியாரை நாடுகிறார்கள் விவசாயிகள். காப்பீட்டுத் தொகை அவர்களை வந்து சேரும்போது, அவர்கள் தனியாரிடம் பெற்ற தொகை வட்டி மேல் வட்டியோடு பெரும் தொகையாக வளர்ந்து நிற்கும். பெரும் கடனில் சிக்கிய விவசாயிகள் தங்கள் உயிரை மாய்த்துக் கொள்கின்றனர்.

ஆனால் தனியார் காப்பீட்டு நிறுவனங்களோ கொள்ளை லாபத்தைச் சம்பாதிக்கின்றன. ஆகஸ்ட் 2018ல் வெளியிடப்பட்ட, பயிர்க்

காப்பீட்டு திட்டம் குறித்த அகமதாபாத் இந்திய மேலாண்மை நிறுவனத்தின் ஆய்வறிக்கையின்படி, தேவைக்கும் அதிகமான காப்பீட்டு நிறுவனங்கள் இத்திட்டத்தில் சேர்க்கப்பட்டுள்ளன. பல நிறுவனங்களுக்கு இத்திட்டத்தைக் கையாள்வதற்கான போதுமான அனுபவமோ, உட்கட்டமைப்போ இல்லை என்று கூறுகிறது.

விவசாயிகள் தற்கொலை குறித்து நீண்ட நாட்களாக ஆராய்ச்சி செய்து வரும் ஆய்வாளர் சாய்நாத், பயிர் காப்பீட்டுத் திட்டம் ரபேலைவிட மிகப் பெரிய ஊழல் என்று கூறுகிறார். உதாரணமாக, மகாராஷ்டிராவில், 2.80 லட்சம் விவசாயிகள் சோயா பயிரிட்டனர். இந்த விவசாயிகள் காப்பீட்டு சந்தாவாக 19.2 கோடி செலுத்தினர். மாநில அரசும் மத்திய அரசும் தலா 77 கோடிகளைச் செலுத்தின. மொத்தமாக ரிலையன்ஸ் காப்பீட்டு நிறுவனத்துக்கு 173 கோடி அளிக்கப்பட்டது. அந்த ஆண்டில் சோயா பயிர்கள் அனைத்தும் கருகி கடும் நஷ்டம் ஏற்பட்டது. ரிலையன்ஸ் விவசாயிகளுக்கு அளித்த தொகை வெறும் 30 கோடி மட்டுமே. பத்து பைசா முதலீடு செய்யாமல் ரிலையன்ஸ் காப்பீட்டு நிறுவனம் 143 கோடி ரூபாய்களை சம்பாதித்து சென்றது.

விவசாயிகளின் வயிற்றில் அடித்து, கார்ப்பரேட்டுகளின் பாக்கெட்டுகளை நிரப்பும் வேலையைத்தான் மோடி செய்து வருகிறார்.

59 நிமிடத்தில் கடன் என்ற மோசடி

நவம்பர் 2, 2018ல் மோடி பெருமை பொங்க ஒரு அறிவிப்பை வெளியிட்டார். சிறு, குறு மற்றும் நடுத்தர தொழில் புரிவோருக்கு வெறும் 59 நிமிடங்களில் கடன் வழங்க ஒரு புதிய திட்டத்தை அறிமுகப்படுத்தியுள்ளதாக அறிவித்தார். கடன் வேண்டுவோர் www.psbloansin59minutes.com என்ற இணையத்தளத்தின் மூலம் ஒரு கோடி ரூபாய் வரை கடன் பெற்றுக் கொள்ளலாம் என்று அறிவித்தார்.

பெரும் தொழிலதிபர்கள் வங்கிகளில் கடன் பெறுவது எளிது. வாங்கிய கடனைத் திரும்பச் செலுத்தாமல் வெளிநாட்டுக்குத் தப்பிச் செல்வதும் மோடி அரசில் எளிது. ஆனால் சிறு, குறு மற்றும் நடுத்தர தொழிலில் ஈடுபடுவோருக்கு வங்கிகள் அத்தனை எளிதாகக் கடன் அளித்து விடுவதில்லை. இப்படிச் சிரமப்படுபவர்களுக்காகவே இத்திட்டம் என்று மோடி அறிவித்தார்.

கடன் வேண்டும் ஒரு நிறுவனம் அதற்கான இணையதளத்தில், வருமான வரி கட்டியதற்கான ஆவணங்கள், ஜிஎஸ்டி ஆவணங்கள்,

மற்றும் தேவைப்படும் இதர ஆவணங்களைப் பதிவேற்றினால் சம்பந்தப்பட்ட வங்கியோடு இணைப்பு அளிக்கப்பட்டு, விண்ணப் பித்தவரின் திருப்பிச் செலுத்தும் சக்தியின் அடிப்படையில் 59 நிமிடங்களுக்குள் கடன் வழங்கப்படும் என்று அறிவிக்கப்பட்டது.

இதைச் செயல்படுத்துவதற்கான டெண்டரை 2018 ஜனவரியில் சிறு தொழில் மேம்பாட்டு வங்கி (சிட்பி SIDBI) வெளியிட்டது. அந்த டெண்டரில் உள்ள விதிமுறைகளின்படி, டெண்டரில் பங்கேற்கும் ஒரு நிறுவனம், 1 ஏப்ரல் 2012 முதல் செயல்பட்டுக்கொண்டிருக்க வேண்டும். குறைந்தது 50 கோடி ரூபாயை வருமானமாகப் பெற்றிருக்க வேண்டும் என்பது அந்த டெண்டரில் உள்ள நிபந்தனைகள். இந்த நிபந்தனைகளை நிறைவேற்றும் நிறுவனம் ஒரு புதிய நிறுவனத்தை, வங்கிகளோடு இணைத்துக் கொள்ள வேண்டும் என்பது டெண்டர் விதி.

ஆனால் இத்திட்டத்தை தற்போது செயல்படுத்தி வரும் நிறுவனம், டெண்டரில் உள்ள எந்த நிபந்தனைகளையும் பூர்த்தி செய்ய வில்லை. சிட்பி கோரியது போல ஒரு புதிய நிறுவனத்தை வங்கிகளின் பங்களிப்போடு தொடங்கவும் இல்லை.

2015ல் தொடங்கப்பட்ட கேப்பிட்டா வேர்ல்ட் ப்ளாட்ஃபார்ம் என்ற குஜராத்தைச் சேர்ந்த நிறுவனம்தான் தற்போது இதைச் செயல் படுத்தி வருகிறது

கேப்பிட்டா வேர்ல்ட் நிறுவனத்தை நடத்தி வருவது வினோத் மோதா, ஜினந்த ஷா மற்றும் அவிருக் சக்ரபர்த்தி ஆகியோர்தான்.

மார்ச் 2016 வரை இந்த நிறுவனத்துக்கு எந்த வருமானமும் இல்லை. சொல்லப்போனால், 2015-16 நிதியாண்டில் இந்நிறுவனம் 38,888 ரூபாய் நஷ்டம் அடைந்துள்ளது. அடுத்த நிதியாண்டில் இந்நிறுவனத்தின் வருமானம் ரூபாய் 15,680 மட்டுமே.

கேப்பிட்டா வேர்ல்ட் ப்ளாட்ஃபார்ம் என்ற நிறுவனம், கேப்பிட்டா வேர்ல்ட் க்ளோபல் என்ற மற்றொரு நிறுவனத்தின் துணை நிறுவனம். அந்த நிறுவனம், கேப்பிட்டா வேர்ல்ட் ப்ளாட்ஃபார்ம் நிறுவனத்தில் 60 சதவிகிதப் பங்குகளை வைத்திருந்தது. இரண்டு நிறுவனங்களின் பங்குதாரர்களும் ஒருவரே.

கம்பெனிகளுக்கான பதிவாளர் அலுவலகத்தில் இந்நிறுவனம் தாக்கல் செய்திருந்த ஆய்வறிக்கையில் ஔஎம்எம்எஸ் அசோசியேட்ஸ் என்ற நிறுவனம், கேப்பிட்டா வேர்ல்ட் ப்ளாட்பார்ம் நிறுவனத்தை

மதிப்பீடு செய்துள்ளதும், இந்நிறுவனத்தின் ஒரு பங்கின் மதிப்பு 129.39 ரூபாய் என்றும் இருந்தது.

வழக்கமாக கம்பெனி பதிவாளர் அலுவலகத்தின் நடைமுறைப்படி ஆண்டு அறிக்கையிலோ இயக்குநர்கள் நியமனத்திலோ மாற்றம் இருந்தாலோ, பங்குதாரர்கள் மாற்றப்பட்டிருந்தாலோ அதற்குறிய ஆவணங்கள் தாக்கல் செய்யப்படும். நன்றாக நடந்து கொண்டிருக்கும் ஒரு நிறுவனம் எதற்காக ஒரு கன்சல்டன்ட்டைத் தேர்ந்தெடுத்து மதிப்பீடு செய்ய வேண்டும் என்ற கேள்வி எழுகிறதா? காரணம் இருக்கிறது.

சிட்பி உள்ளிட்ட ஒன்பது பொதுத் துறை வங்கிகள் கேப்பிட்டா வேர்ல்ட் ப்ளாட்பார்ம் நிறுவனத்தில் முதலீடு செய்தன. மொத்தம் 17,4371 பங்குகளைத் தலா ரூபாய் 119.39 என்ற விலையில் 22.5 கோடிக்கு வாங்கின. இதற்கு முந்தைய ஆண்டில் வெறும் 15,680 மட்டுமே சம்பாதித்த இந்நிறுவனத்துக்கு எப்படிப்பட்ட கொள்ளை லாபம் பார்த்தீர்களா?

சிட்பி வங்கிக்காகவே www.udyamimitra.in என்ற இணையத்தளம் இயங்கி வந்தது. புதிதாகத் தேர்ந்தெடுக்கப்பட்ட கேப்பிட்டா வேர்ல்ட் ப்ளாட்பார்ம் செய்யும் வேலைகளை இந்த இணையதளத்திலேயே செயல்படுத்தியிருக்க முடியும்.

இந்த நிறுவனம் எப்படிக் கொள்ளை லாபம் சம்பாதிக்கிறது என்பதைப் பார்ப்போம். வங்கிக் கடன் கேட்டு விண்ணப்பித்து, ஒப்புதல் பெற்றவர்கள் இந்நிறுவனத்துக்கு வரிகள் நீங்கலாக 'பிராஸசிங் கட்டணம்' 1000 ரூபாயை செலுத்த வேண்டும். இது தவிர, வழங்கப்படும் கடன் தொகையில் 0.35 சதவிகிதம் இந்நிறுவனத்துக்கு செல்லும்.

மோடி இந்த அறிவிப்பை வெளியிட்ட மறுநாள், கேப்பிட்டா வேர்ல்ட் ப்ளாட்ஃபார்ம் இணையத்தளத்தில், 1.69 லட்சம் பேர் கடன் கேட்டு விண்ணப்பித்துள்ளனர் என்றும், 23,582 கோடி கடன் வழங்கப்பட்டது என்ற தகவல் இருந்தது.

இந்த 23,582 கோடி ரூபாயில் 0.35 சதவிகிதம் 82.53 கோடி ரூபாய் வருகிறது. எந்த முதலீடும் செய்யாமல் கேப்பிட்டா வேர்ல்ட் ப்ளாட்ஃபார்ம் நிறுவனத்துக்கு எவ்வளவு லாபம் பார்த்தீர்களா? பதிவுக் கட்டணமான 1000 ரூபாயை இதில் சேர்க்கவில்லை.

இந்த நிறுவனம் செய்யும் இப்பணியை சிட்பி வங்கியே செயல்படுத்தியிருக்கமுடியாதா? அந்த வங்கிக்கென்று ஏற்கெனவே ஒரு

இணையதளமும் இருக்கிறதே? அரசே இதைச் செய்திருந்தால் இந்த வருமானம் அனைத்தும் அரசுக்கு வந்து சேர்ந்திருக்குமா இல்லையா?

‘உங்களுக்காகப் பணி செய்வதற்கு எனக்கு வாய்ப்பு கிடைத்திருக்கிறது. அதில் என் ஆன்மாவையே தருவேன். ஒவ்வொரு வாய்ப்புகளும் அடுத்தடுத்த கதவுகளைத் திறக்கும்.’ இது மோடி அடிக்கடி மேடைகளில் தொண்டை நரம்பு புடைக்க முழங்குவது.

விவசாயம் தற்கொலை செய்து கொள்கிறது. கார்ப்பரேட் வாழ்ந்து கொண்டிருக்கிறது. மோடி தனது ஆன்மாவை எதற்குத் தந்திருக்கிறார் என்பது புரிகிறதா?

13

ஊடகங்களுக்கு புறமுதுகு காட்டும் பிரதமர்

19 டிசம்பர் 2018 அன்று மன்மோகன் சிங் தான் எழுதிய Changing India புத்தக வெளியீட்டு விழாவின்போது பேசியதாவது. 'என்னைப் பேசாத பிரதமர் என்று கூறினார்கள். நான் எழுதியுள்ள இந்தப் புத்தகங்களே அதற்கு பதில்... நான் ஊடகங்களைக் கண்டு அஞ்சியதே இல்லை. வெளிநாடுகளுக்கு விமானத்தில் சென்று கொண்டிருக்கும்போதும் வந்து இறங்கிய பின்னரும் பேசியுள்ளேன்' என்றார். அவர் நேரடியாக நரேந்திர மோடியின் பெயரைக் கூறவில்லை என்றாலும், அவர் சுட்டிகாட்டியது மோடியைத்தான் என்பதை அனைவருமே உணர்ந்தார்கள்.

மன்மோகன் சிங் அதிகம் பேசாதவர். ஆனாலும் பிரதமர் என்ற முறையில் அவர் பத்திரிக்கையாளர்களைச் சந்தித்து அனைத்துக் கேள்விகளுக்கும் பதில் கூறுவதைக் கடமையாக நினைத்திருந்தார். மிக மிகச் சிக்கலை ஏற்படுத்திய 2ஜி ஊழல் குறித்தும் அவர் பத்திரிகையாளர்கள் கேள்விக்குப் பதில் அளித்தார்.

மோடியோ பிரதமராகி நான்கரை ஆண்டுகள் ஆகிவிட்டன. இதுவரை ஒரே ஒரு முறைகூடப் பத்திரிக்கையாளர்களைத் தானாக முன் வந்து சந்தித்து அவர்களின் கேள்விகளுக்கு பதில் அளித்தது இல்லை.

மோடி எப்படிப்பட்டவர் என்பதற்கு ஓர் உதாரணத்தைச் சொல்லலாம். தமிழ்நாடு மற்றும் பாண்டிச்சேரியில் பிஜேபியை புத்துணர்ச்சி பெற வைப்பதற்காக பாண்டிச்சேரியைச் சேர்ந்த பிஜேபி தொண்டர்களோடு காணொலி மூலம் உரையாடினார் மோடி. அப்போது பாண்டியைச் சேர்ந்த ஒருவர் எழுந்து, நடுத்தர வர்க்கத்தினரின் நலன்களைப் பாதுகாப்போம் என்று சொன்னீர்கள். நடுத்தர வர்க்கத்தினர்தான் அதிக வரி செலுத்துகிறோம். ஆனால் எங்கள் மீது மேலும் வரி விதிக்கப் படுகிறதே தவிர எங்களுக்கு எந்தச் சலுகையும் இல்லை என்றார்.

அவருக்கு நேரடியாக பதில் சொல்லாமல் மழுப்பிய மோடி 'வணக்கம் புதுச்சேரி' என்று சொல்லிவிட்டுக் கிளம்பிவிட்டார்.

தன்னை விமர்சனம் செய்வது போன்ற கேள்விகள் எவற்றுக்கும் மோடி பதில் சொல்வதில்லை. இதற்குக் காரணம், அவர் விமர்சனங்களை ஏற்கும் பக்குவமற்றவர் என்று சொல்லலாம். அல்லது கடுமையான தாழ்வு மனப்பான்மை உடையவர் என்றும் சொல்லலாம். ஒரு நல்ல தலைவன், எந்தக் கேள்விகள் வந்தாலும் துணிச்சலாகப் பதில் சொல்வான். ஆனால் மோடியிடம் அது போன்ற தகுதிகள் இல்லை.

2007ம் ஆண்டு மூத்த பத்திரிகையாளர் கரண் தாப்பர் நரேந்திர மோடியை சிஎன்என் ஐபிஎன்னுக்காக பேட்டியெடுத்தார். குஜராத் கலவரம் நடந்து முடிந்து 5 ஆண்டுகள் கூட முடியவில்லை. பேட்டி தொடங்கியதும் எடுத்த எடுப்பிலேயே தாப்பர் குஜராத் கலவரம் குறித்துக் கேட்டார். அதைத் தவிர்ப்பதிலேயே கவனமாக இருந்தார் மோடி. கரண் விடவில்லை. மீண்டும் மீண்டும் கேட்டார். பொறுமை இழந்த மோடி மூன்றே நிமிடங்களில், மைக்கை எடுத்து விட்டு, பாதியிலேயே பேட்டியை நிறுத்திவிட்டு வெளியேறினார்.

இந்த மூன்று நிமிட பேட்டியை சிஎன்என்-ஐபிஎன் சேனல் மட்டுமல்லாமல் பெரும்பாலான சேனல்கள் ஒளிபரப்பின.

அதன் தாக்கத்தை தாப்பர் பிஜேபி ஆட்சிக்கு வந்த பிறகு உணர்ந்தார். 2014ல் பிஜேபி ஆட்சிக்கு வந்த பிறகு, கரண் தாப்பர் நிகழ்ச்சிகளில் எந்த பிஜேபி செய்தித் தொடர்பாளரும் கலந்து கொள்ளத் தயாராக இல்லை. இத்தனைக்கும் மோடியுடனான கரண் தாப்பரின் பேட்டி நடந்து ஏழு ஆண்டுகள் முடிந்திருந்தன. மோடியின் தேர்தல் பிரசாரத்தைக் கவனிப்பதற்காக நியமிக்கப்பட்ட பிரசாந்த் கிஷோர் வேறு ஒரு அரசியல்வாதியிடம் கரண் தாப்பர் பேட்டி குறித்து மோடி

கூறியதாக இவ்வாறு கூறினார். 'இதை என் வாழ்நாளில் மறக்கவே மாட்டேன். எனக்கென்று ஒரு நேரம் வரும். அப்போது பழிவாங்குவேன்' என்று கூறியிருக்கிறார் மோடி.

ஏதோ தவறு நடந்திருக்கிறது போல என்று உணரத் தொடங்கினார் கரண் தாப்பர். மத்திய அமைச்சர் பிரகாஷ் ஜாவ்டேக்கரை அணுகினார். கரண் தாப்பர் நிகழ்ச்சியில் கலந்து கொள்ளக் கூடாது என்று எழுதப்படாத உத்தரவு இருப்பதை ஜாவ்டேக்கர் கூறினார். தாப்பர் தனது நண்பரான அருண் ஜேட்லியை அணுகினார். அவர் மழுப்பியதும் விஷயம் அவர் கையையும் மீறியது என்பதை தாப்பர் உணர்ந்தார். இறுதியாக அமித் ஷாவையே சந்திக்கிறார். அமித் ஷா, அப்படி எந்தத் தடையுத்தரவும் கிடையாது என்று கூறிவிட்டு, 24 மணி நேரத்தில் நிலைமை மாறும் என்கிறார். ஆனால் பல நாட்கள் ஆன பின்னரும் எந்த அழைப்பும் வரவில்லை. பிஜேபி கட்சியைச் சேர்ந்தவர்கள் தொடர்ந்து கரண் தாப்பர் நிகழ்ச்சியைப் புறக்கணித்த வண்ணம் இருந்தனர்.

நேரடியாக மோடியிடமே பேசிவிடலாம் என்று முடிவெடுத்த கரண் தாப்பர் பிரதமரின் செயலர் நிருபேந்திர மிஸ்ராவை அணுகுகிறார். அவர் மோடியிடம் பேசிவிட்டு தகவல் சொல்வதாகக் கூறுகிறார். அதே நாளில் தேசியப் பாதுகாப்புச் செயலர் அஜித் தோவலிடம் பேசுகிறார். அவரும் மோடியிடம் பேசுவதாகக் கூறுகிறார்.

இரண்டு பேரும் மோடியிடம் பேசிவிட்டு சொன்ன பதில் இதுதான். நீங்கள் மோடி மீது காழ்ப்புணர்ச்சியோடு இருப்பதாக அவர் கருதுகிறார். ஆகையால் காலம் செல்லச் செல்லத்தான் இது சரியாகும் என்று அஜீத் தோவல் கூறுகிறார்.

மோடி மட்டும் அல்லாமல் அவர் அமைச்சர்களும் பத்திரிகையாளர்களைச் சந்தித்துப் பேசுவதைத் தவிர்க்க வைத்தார் மோடி. இதற்கு முன்பு முக்கிய அறிவிப்புகளைப் பத்திரிகையாளர்களைச் சந்தித்து அமைச்சர்கள் வெளியிடுவார்கள். ஆனால் மோடி பிரதமரான பின்னர், அமைச்சர்களும் பத்திரிகையாளர்களைச் சந்திப்பதைத் தவிர்க்கத் தொடங்கினார்கள்.

எல்லாவிதமான அறிவிப்புகளும் ட்விட்டரிலேயே வந்தன. ட்விட்டர் மூலம் மட்டுமே அரசின் திட்டங்கள், அறிவிப்புகள் வெளியாகின. இதற்கு முன்பு, தகவல் ஒளிபரப்புத் துறை அமைச்சகம் அளிக்கும் அடையாள அட்டைகளை வைத்திருக்கும் பத்திரிகையாளர்கள், நேரடியாகச் சென்று அதிகாரிகளையும் அமைச்சர்களையும் சந்தித்துக் கொண்டிருந்தார்கள். ஆனால் மோடி

பதவியேற்ற பிறகு, பத்திரிகையாளர் யாராவது ஒரு அதிகாரியைச் சந்திக்க வேண்டுமென்றால் எந்த அதிகாரியை எதற்காகச் சந்திக்கிறார் என்ற விபரங்களையெல்லாம் எழுதிக் கொடுக்கவேண்டும். அதன் பிறகு அந்த அதிகாரி பத்திரிகையாளரிடம் என்ன பேசினார் என்பதைத் தெரிவிக்கவேண்டும் என்று நிலைமை மாறியது. இதனால் எந்த அதிகாரியோ, அல்லது அமைச்சர்களோ பத்திரிகையாளர் களைச் சந்திப்பதைத் தவிர்த்தார்கள். நான்கரை ஆண்டுகளாக இருளில் கறுப்புக் கம்பளியைப் போர்த்தியதைப் போல எல்லா வற்றையும் ரகசியமாக்கினார் மோடி.

ரகசியங்கள் பத்திரிகையாளர்களிடம் மட்டுமல்ல. சக அமைச்சர் களுக்கும்கூடத் தெரிந்துவிடாமல் காத்தார் மோடி. மோடியின் நிழலாக இருக்கும் தேசியப் பாதுகாப்பு ஆலோசகர் அஜீத் தோவல், பாஜக தலைவர் அமித் ஷா மற்றும் ஒரு சில பிரதமர் அலுவலக அதிகாரிகளைத் தவிர வேறு யாருக்கும் எந்தத் தகவலும் கசியவிடாமல் பார்த்துக் கொண்டார்.

இந்தியா ஒரு ஜனநாயக நாடு. இதில் ஊடகங்களின் பங்கு மிக மிக முக்கியம். கள்ளக் கடத்தல் செய்பவன்தான் ரகசியம் காக்க வேண்டும். வெளிப்படையாக ஜனநாயக நாட்டில் ஆட்சி நடத்தும் ஒரு நபர் எதற்காக இப்படி எல்லாவற்றையும் மூடி மறைக்க வேண்டும் என்பதுதான் அனைவர் மனதிலும் உள்ள கேள்வி.

தகவல் அறியும் உரிமைச் சட்டத்தின் வலிமையைத் தெரிந்து கொண்டவர் மோடி. அந்தப் பதற்றத்திலேயே முக்கியத் தகவல்கள் வெளிவந்துவிடாபடிக்கு பெரும்பாலான தகவல் அறியும் சட்ட விண்ணப்பங்கள் நிராகரிக்கப்பட்டன. மோடி ஆட்சிக்கு வந்த பிறகு, தகவல் அறியும் உரிமைச் சட்டத்தின் கீழ் நிராகரிக்கப்படும் விண்ணப்பங்களின் எண்ணிக்கை 80 சதவிகிதம் அதிகரித்துள்ளதாக ஓர் ஆய்வு கூறுகிறது.

சமீபத்தில் பதவி ஓய்வு பெற்ற தகவல் ஆணையர் ஸ்ரீதர் ஆச்சார்யலு ஓய்வு பெறுவதற்கு முன் ஒரு முக்கிய ஆணையைப் பிறப்பித்தார். அது என்னவென்றால், வாராக் கடன்கள் குறித்து ரிசர்வ் வங்கி மத்திய நிதி அமைச்சகத்துக்கு எழுதிய கடிதத்தை வெளியிட வேண்டும் என்று உத்தரவிட்டிருந்தார். ஆனால் அந்த உத்தரவுக்குப் பிறகும் தகவல்களை வெளியிடவில்லை மோடி அரசு. ஊழலை ஒழிக்கிறோம் என்ற முழக்கத்தோடு ஆட்சிக்கு வந்தவர்கள் ஊழலை நீரூற்றி உரமிட்டு வளர்ப்பதையே முழுநேர வேலையாக வைத்திருக்கிறார்கள். விவசாயக் கடன்களை ரத்து செய்தால்

பொருளாதாரம் சீர்குலைந்து விடும் என்று கூறும் மோடி அரசுதான் கடந்த நான்காண்டுகளில் 2.4 லட்சம் கோடி கார்ப்பரேட் கடன்களை தள்ளுபடி செய்துள்ளது என்பதை நாம் கவனத்தில் கொள்ள வேண்டும்.

இதற்காகத்தான் மோடி பத்திரிகையாளர்களைச் சந்திப்பதைத் தவிர்க்கிறார். இதற்கெல்லாம் மோடியால் என்ன பதில் சொல்ல முடியும்?

அதே நேரத்தில் அவருக்கு ஆதரவாக செய்தி வெளியிடும் சேனல் களுக்குப் பேட்டியளிக்கத் தவறுவதில்லை. இப்படி எடுத்த ஒரு பேட்டியில்தான் வேலை வாய்ப்பு பெருகவில்லையே என்ற கேள்விக்கு பக்கோடா போடுவது கூட ஒரு வேலைதானே என்று ஆணவத் தோடு பதிலளித்தார். ரிப்பளிக் டிவி, டைம்ஸ் நவ், ஜீ குழுமம் போன்ற சேனல்களுக்கு முழு நேர வேலையே, ஆளும் வர்க்கத்தினரைக் கேள்வி கேட்பதற்கு பதிலாக, எதிர்க்கட்சி செய்யும் தவறுகளை பூதக்கண்ணாடி வைத்துப் பெரிதுபடுத்திக் காண்பிப்பதுதான்.

மோடி ஆட்சியில் பத்திரிகை சுதந்திரம் எப்படி உள்ளது என்பதை உணர்த்த சில சம்பவங்களை உதாரணமாகப் பார்ப்போம்.

ஆனந்த பஸார் குழுமம் நடத்தும் இந்திச் செய்தி சேனல்தான் ஏபிபி நியூஸ். அந்தச் சேனலில் மாஸ்டர் ஸ்ட்ரோக் என்ற ஒரு நிகழ்ச்சி மிகவும் புகழ்பெற்றது. அந்த நிகழ்ச்சியின் தொகுப்பாளர் புன்ய ப்ரசூன் பாஜ்பாய். அந்த நிகழ்ச்சியால் அவர்களுடைய டிஆர்பி ரேட்டிங்குகள் பல மடங்கு உயர்ந்தன. அந்த நிகழ்ச்சி மோடி அறிவித்த பல திட்டங்கள் வெறும் காகிதத்திலேயே இருந்ததை அம்பலப்படுத்தியது.

ஒரு கட்டத்தில் சேனலின் உரிமையாளர் பாஜ்பாயை அழைத்து எந்த அமைச்சரின் துறையை வேண்டுமானாலும் விமர்சனம் செய்யுங்கள். ஆனால் நிகழ்ச்சியில் மோடியின் பெயர் வராமல் பார்த்துக் கொள்ளுங்கள் என்கிறார். பாஜ்பாயும் உரிமையாளரின் உத்தரவை மீறாமல் பார்த்துக் கொள்கிறார். மோடியின் பெயர்தான் உச்சரிப்ப தில்லையே தவிர மோடியின் படம் திரையில் காட்டப்பட்டு வந்தது. மீண்டும் அழைத்தார் உரிமையாளர். இம்முறை சற்றுக் கடுமை யாகவே பேசினார். மோடியின் படத்தைப் பயன்படுத்தவேண்டாம் என்று கூறுகிறார். பாஜ்பாய் சேனல் உரிமையாளரிடம், மத்திய அரசு அறிவிக்கும் திட்டங்கள் எல்லாமே மோடியால்தான் அறிவிக்கப் படுகின்றன. அப்படி இருக்கையில் மோடி படத்தைப் பயன் படுத்தாமல் எப்படி நிகழ்ச்சியை நடத்த முடியும் என்று வினவ, உரிமையாளர் தீர்மானமாக மோடியின் படத்தைப் பயன்படுத்தக்

கூடாது என்று உறுதியாகக் கூறிவிடுகிறார். மோடியின் படம் பயன்படுத்தாமலேயே நிகழ்ச்சி நடத்தப்படுகிறது.

மத்தியத் தகவல் ஒளிபரப்பு அமைச்சகத்தில் குறைந்தது 200 அதிகாரிகள், அனைத்துத் தொலைக்காட்சி மற்றும் அச்சு ஊடகங் களைக் கவனிப்பதற்கென்றே மோடியால் நியமிக்கப்பட்டுள்ளனர். அவர்கள் ஒவ்வொரு சேனலாக பார்த்து, ஒவ்வொரு பத்திரிகையை யும் படித்து, உயர் அதிகாரிகளுக்குத் தகவல் தருவார்கள். அந்த உயரதிகாரி, சம்பந்தப்பட்ட ஊடகத்தின் உரிமையாளரிடம் பேசுவார். மோடியைக் குறை சொல்வதை நிறுத்தவேண்டும் என்பார்கள். அதையும் மீறி உறுதியாக செய்தி வெளியிடும் சேனல்கள் பல்வேறு தொல்லைகளைச் சந்திக்க நேரிடும்.

இதன் ஒரு பகுதியாகத்தான் இந்தியாவில் செய்தி தொலைக்காட்சி சேனல்களின் முன்னோடியான என்டிடிவி மீது சிபிஐ வழக்கு பதிவு செய்தது.

ஏபிபி சேனல், மோடியின் படமோ, பெயரோ இல்லாமலேயே மாஸ்டர் ஸ்ட்ரோக் நிகழ்ச்சியை நடத்தி வந்தது. ஏபிபி சேனல் மீதான தாக்குதல்கள் அதிகரித்தன. ஏபிபி சேனலுக்கு எந்த பிஜேபி நிர்வாகியும் செல்லக்கூடாது என்று உத்தரவிடப்பட்டது. பிறகு ஏபிபி நடத்திய விவாத மேடை நிகழ்ச்சிக்கு பிஜேபியிலிருந்து ஒருவர்கூடச் செல்லக் கூடாது என்று உத்தரவு பிறப்பிக்கப்பட்டது. ஆளுங்கட்சியில் இருந்து ஒருவர் கூட வராவிட்டால் அந்த நிகழ்ச்சி எப்படிச் சிறப்பாக நடக்கும்? மோடி மற்றும் பிஜேபியினர் கலந்து கொள்ளவில்லை என்பது தெரிந்ததும் விளம்பரதாரர்களும் பின்வாங்கினர்.

ஜூன் 20 அன்று நரேந்திர மோடி, சத்தீஸ்கர் மாநிலத்தில் காங்கேர் என்ற மாவட்டத்தில் உள்ள விவசாயிகளோடு காணொலி மூலம் உரையாடினார். அப்போது கன்ஹாரி என்ற கிராமத்தைச் சேர்ந்த சந்திரமணி கவுஷிக் என்ற பெண்மணி தனது வருமானம் இரட்டிப் பானதாகத் தெரிவித்தார். மோடி முகத்திலோ பெருமிதம். மோடி 2022ல்தான் விவசாயிகளின் வருமானத்தை இரட்டிப்பாக்குவதாக வாக்குறுதி அளித்திருந்தார்.

ஏபிபி சேனலைச் சேர்ந்தவர்களுக்கு இதில் என்னவோ மர்மம் உள்ளது என்று தோன்றியது.

நேரடியாகக் களத்துக்குச் சென்று விசாரிக்கின்றனர். சந்திரமணி கவுஷிக் மோடியிடம் தனக்கு தினந்தோறும் 700 ரூபாய் விவசாய

வருமானம் வருவதாகத் தெரிவித்திருந்தார். நேரில் சென்று அவரை வலியுறுத்திக் கேட்டதும், 700 ரூபாய் அவர் பங்கு கொண்டிருந்த மகளிர் சுய உதவிக் குழு உறுப்பினர்கள் 12 பேரால் பிரித்துக் கொள்ளப்படும் என்று கூறினார். அப்படிப் பார்த்தால் தலா ஒரு நாளைக்கு 58 ரூபாய்தான் வந்தது. சத்தீஸ்கர் அரசு பரிந்துரைத்திருந்த குறைந்தபட்ச ஒரு நாள் கூலியே 237 ரூபாய்.

இரண்டு வாரம் கழித்து ஏபிபி சேனல் தனது மாஸ்டர் ஸ்ட்ரோக் நிகழ்ச்சியில், டெல்லியில் இருந்து வந்த அரசு அதிகாரிகள் எப்படி சந்திரமணி கவுஷிக்கை பொய் சொல்ல பயிற்றுவித்தார்கள் என்பதை அம்பலப்படுத்தியது. தகவல் ஒளிபரப்பு அமைச்சர் உட்பட பல அமைச்சர்கள் ஏபிபியின் நம்பகத்தன்மையை கேள்விக் குள்ளாக்கினார்கள்.

அமைச்சர்கள் இப்படிச் சொன்னதும், மீண்டும் ஒரு செய்தியாளரை அந்தக் கிராமத்துக்கு அனுப்பியது ஏபிபி. இரண்டாவது முறை சென்று பார்த்தால், கிராமத்தில் ஏராளமான போலீஸ் குவிக்கப் பட்டிருந்தது சந்திரமணியை அந்த நிருபர் சந்திக்க விடாமல் பார்த்துக் கொண்டனர். காவல்துறையினர் சென்ற பிறகு, நள்ளிரவில் அந்த நிருபர் சந்திரமணியையும் இதர பெண்களையும் சந்தித்தபோது, அவர்கள் தங்கள் வாழ்க்கை எத்தகைய துயரத்தில் உள்ளது என்பதைத் தெரிவித்தார்கள்.

அடுத்த நாள் முதல் ஏபிபி சேனல் பல இடங்களில் தெரியவில்லை. நேரடியாக வீட்டுக்கு வரும் டைரக்ட் டு ஹோம் வசதி உள்ளவர்கள் வீட்டில் கூட ஏபிபி தெரியவில்லை. குறிப்பாக மாஸ்டர் ஸ்ட்ரோக் வரும் இரவு 10 மணிக்கு சிக்னல் வராமல் போனது.

வரிசையாக ஒவ்வொரு விளம்பரதாரராகக் கழன்று கொள்ளத் தொடங்கினர்.

மாஸ்டர் ஸ்ட்ரோக் நிகழ்ச்சியை நடத்தி வந்த புன்ய ப்ரசுன் பாஜ்பாய் தன் வேலையை ராஜினாமா செய்கிறார். அடுத்த நாள் முதல் விலகியிருந்த விளம்பரதாரர்கள் வரிசையில் வரத் தொடங்கினர்.

இதுபோல இந்துஸ்தான் டைம்ஸ் நாளேட்டின் ஆசிரியர் பாபி கோஷ், அரசுக்கு எதிராகக் கடுமையான செய்திகளை வெளியிட்டதற்காக வீட்டுக்கு அனுப்பப்பட்டார்.

அமெரிக்காவில், சிஎன்என் தொலைக்காட்சியின் செய்தியாளர் ஜிம் அகோஸ்டா, அமெரிக்க அதிபர் ட்ரம்ப்பை எதிர்த்து கேள்வி

கேட்டார் என்பதற்காக அவரின் வெள்ளை மாளிகை நுழைவு பாஸ் ரத்து செய்யப்பட்டது. அமெரிக்காவின் மொத்த ஊடகங்களும் இதைக் கண்டித்ததோடு வழக்கு தொடர்வது, போராட்டங்கள் என்று தங்கள் எதிர்ப்பை பல வகையில் தெரிவித்தன.

ஆனால் இந்தியாவில் பாஜ்பாய் மற்றும் பாபி கோஷ் கட்டாய ராஜினாமா செய்ய வைக்கப்பட்டது குறித்து இணையத்தளங்கள் தவிர்த்து வேறு எங்கும் செய்தியாகவில்லை.

நெருக்கடி நிலையின்போது ஊடகங்கள் குறித்து எல்.கே. அத்வானி இவ்வாறு குறிப்பிட்டார். 'ஊடகங்களைக் குனியச் சொன்னால், அவர்கள் தவழ்ந்தார்கள்.' அதைவிட இன்று நிலைமை மோசமாக இருக்கிறது. எழுபதுகளின் நெருக்கடி நிலை காலத்தில்கூட முதுகெலும்போடு ஒன்றிரண்டு ஊடகங்கள் இருந்தன. ஆனால் இன்று என்டிடிவி மற்றும் ஓரிரு அச்சு ஊடகங்கள் தவிர்த்து ஒரே ஒரு ஊடகம்கூட உண்மையைப் பேசத் தயாராக இல்லை என்பதோடு மட்டுமல்லாமல், மோடிக்காக பல பொய்களைச் சொல்வதை எவ்வித கூச்சமும் இன்றி செய்து வருகின்றன.

ஊடகத்தினை மௌனமடைய வைப்பதில் மோடி வெற்றி பெற்றிருக்கலாம். ஆனால் மக்கள் நம்புவது சொல்லை மட்டுமல்ல செயலையும் தானே?

14

மரணித்த சகிப்புத்தன்மை

பிஜேபி மத்தியில் ஆட்சிக்கு வருவதற்கு முன்னதாகவே, நாடெங்கும், பகுத்தறிவாளர்கள் மற்றும் இஸ்லாமியர்களுக்கு எதிராக வெறுப்புணர்வு தொடர்ந்து பரப்பப்பட்டு வந்தது. தொடர்ந்து பகுத்தறிவு பேசி வருபவர்களைத் தீர்த்துக் கட்டுவது என்பதற்காக இந்தியாவில் பல இந்து அடிப்படைவாத அமைப்புகள் உருவாகி வந்தன. பிஜேபியோ ஆர்எஸ்எஸ் அமைப்போ, இதற்கும் எங்களுக்கும் தொடர்பு கிடையாது என்று கூறினாலும், தொடர்ச்சியாக நடக்கும் சம்பவங்கள், சங் பரிவாரின் உயர்மட்டத் தலைவர்களின் ஆசியோடுதான் இந்த வன்முறை சம்பவங்கள் நடைபெறுகின்றன என்ற சந்தேகத்தை ஏற்படுத்துகிறது.

நரேந்திர தாபோல்கர்

நரேந்திர தாபோல்கர் ஒரு மருத்துவர். பத்து ஆண்டுகள் மருத்துவராகப் பணியாற்றிய பின்னர், சமுதாயத்தில் நிலவும் மூட நம்பிக்கைகளை எதிர்த்துக் குரலெழுப்புவது என்று முடிவெடுக்கிறார். 'மூட நம்பிக்கைகள் எதிர்ப்புக் குழு' என்ற அமைப்பில் எண்பதுகளில் தன்னை இணைத்துக் கொள்கிறார். இது தவிர தலித்துகளின் முன்னேற்றத்துக்காகவும் பாடுபடுகிறார்.

மந்திரம், மாந்திரீகம் போன்றவற்றால் சாமான்ய பொதுமக்கள் போலிச் சாமியார்களால் தொடர்ந்து ஏமாற்றப்பட்டு வருவதை

தாபோல்கர் கவனித்து வந்தார். இதை ஒழிக்கும் பொருட்டு, 'மூடநம்பிக்கை ஒழிப்பு மற்றும் பில்லி சூனிய ஒழிப்புச் சட்டம்' என்று ஒரு சட்டத்தைக் கொண்டு வருவதற்காகத் தொடர்ந்து போராடி வந்தார் தாபோல்கர். பல்வேறு சட்டப்பேரவை உறுப்பினர்களை இவர் சந்தித்ததின் பயனாக மகாராஷ்டிர சட்டப் பேரவையில் பலமுறை இந்த வரைவுச் சட்டம் தாக்கல் செய்யப் பட்டது. ஆனால் ஒவ்வொரு கட்சியும் ஒவ்வொரு காரணத்துக்காக இதைச் சட்டமாக்க விடாமல் தடுத்து வந்தது. 6 ஆகஸ்ட் 2013 அன்று, பத்திரிகையாளர்களை சந்தித்த தாபோல்கர், எந்தக் கட்சியும் மூடநம்பிக்கை ஒழிப்புச் சட்டத்தைக் கொண்டு வருவதற்குத் தயாராக இல்லை, ஏழு முறை சட்டப்பேரவையில் இச்சட்டம் அறிமுகப்படுத்தப்பட்டும், இதைச் சட்டமாக்கவிடாமல் அரசியல் கட்சிகள் சதி செய்கின்றன என்றார்.

இவ்வாறு பேசிய ஒரு சில வாரங்களில் அவர் காலை நடைப் பயிற்சிக்குச் சென்றபோது அடையாளம் தெரியாத நபர்களால் சுட்டுக் கொல்லப்பட்டார். நரேந்திர தாபோல்கர் பகுத்தறிவு பிரசாரத்துக்காகத் தொடர்ந்து குரல் கொடுத்துக் கொண்டிருந்ததன் மூலம் நாடு முழுவதும் பலராலும் அறியப்பட்டிருந்தார்.

கோவிந்த் பன்சாரே

நரேந்திர தாபோல்கரின் உடல் அவரது இல்லத்தில் வைக்கப் பட்டிருந்தது. மகாராஷ்டிர முதல்வர் பிருத்திவிராஜ் சவுஹான் உள்ளிட்ட பலர் வந்து அஞ்சலி செலுத்திக் கொண்டிருந்தனர். எல்லோரிடமும் ஒரு கனத்த அமைதி. என்ன பேசுவது என்று தெரியாமல் அமைதியாக முணுமுணுத்துக் கொண்டிருந்தனர்.

அவர் உடலுக்கு அஞ்சலி செலுத்த வந்த கோவிந்த் பன்சாரேவுக்கு 81 வயது. தாபோல்கர் உடல் அருகே வந்த பன்சாரே, அந்தப் படுகொலையைக் கண்டித்து உரத்த குரலில் முழக்கங்களை எழுப்பினார். இது போன்ற கோழைத்தனமான செயல்களைக் கண்டு அஞ்ச மாட்டோம். நாடு பாசிச சக்திகளின் பிடியில் செல்வதைத் தான் இது போன்ற படுகொலைகள் காட்டுகின்றன என்றார் பன்சாரே.

தாபோல்கரை போலவே பகுத்தறிவு பிரச்சாரத்தில் ஈடுபட்டவர் தான் பன்சாரே. இந்திய கம்யூனிஸ்ட் கட்சியின் மகாராஷ்டிர மாநிலச் செயலாளராக இருந்த அவர், தொடர்ந்து மூட நம்பிக்கை களுக்கு எதிராகப் பிரசாரம் செய்து வந்தார். மகாராஷ்டிரத்தில் புத்திரகாமேஷ்டி யாகம் என்று ஒரு யாகம் நடத்துவார்கள்.

அப்படியொரு யாகத்தை நடத்தினால் ஆண் குழந்தை பிறக்கும் என்று நம்பிக்கை. இதைத் தொடர்ந்து எதிர்த்து வந்தார் பன்சாரே. இவர் சமூகம் குறித்து 21 புத்தகங்களை எழுதியுள்ளார்.

16 பிப்ரவரி 2015 அன்று பன்சாரே தன் மனைவி உமாவோடு காலை நடைபயிற்சி முடித்துத் திரும்பிக் கொண்டிருக்கும்போது, பைக்கில் வந்த அடையாளம் தெரியாத இருவர் பன்சாரேவையும் அவர் மனைவியையும் துப்பாக்கியால் சுட்டனர். பன்சாரே உடனடியாக இறக்கவில்லை. இருவரும் மருத்துவமனையில் அனுமதிக்கப் பட்டனர். பன்சாரேவின் மனைவி பிழைத்துக் கொண்டார். ஆனால் நான்கு நாட்கள் கழித்து 20 பிப்ரவரி அன்று பன்சாரே இறந்தார்.

எம்.எம். கல்புர்கி

கல்புர்கி கர்நாடகாவைச் சேர்ந்தவர். கன்னட மொழிப் பேராசிரியர். கன்னட மொழியின் மீது அவருக்கு இருந்த ஆர்வம் காரணமாக, மொழி ஆராய்ச்சியில் ஈடுபட்டு முனைவர் பட்டம் பெற்றவர். ஹம்பியில் உள்ள கன்னடப் பல்கலைக்கழகத்தில் பேராசிரியராக இருந்தார்.

இருபதுக்கும் மேற்பட்ட நூல்களை எழுதியுள்ளார். இவர் லிங்காயத் மதத்தைச் சேர்ந்தவர். லிங்காயத்துகளின் வரலாற்றை இவர் ஒரு புத்தகமாக எழுதியபோது, அதில் உள்ள சில பகுதிகளுக்காக மிகுந்த சர்ச்சைகளுக்குள்ளானார்.

ஜூன் 2014ல், மூடநம்பிக்கை ஒழிப்புச் சட்டத்துக்கு ஆதரவாக பெங்களுருவில் ஒரு மாநாடு நடந்தது. அம்மாநாட்டில் கலந்து கொண்டு பேசிய கல்புர்கி உருவ வழிபாடு குறித்துப் பேசுகையில் சர்ச்சையான ஒரு கருத்தை வெளியிட்டார். நான் சிறுவனாக இருந்த போது, சாமிக்கு சக்தி இருக்கிறதா இல்லையா என்று பார்ப்பதற்காக சிலைகளின் மீது சிறுநீர் கழித்திருக்கிறேன் என்று கூறினார். அதையடுத்து பலத்த சர்ச்சை எழுந்தது.

20 ஆகஸ்ட் 2015 அன்று பைக்கில் வந்த இருவர், தார்வாட் மாவட்டத்தில் இருந்த கல்புர்கியின் வீட்டுக்குச் சென்று கதவைத் தட்டுகின்றனர். கதவைத் திறந்த அவர் மனைவி உமாதேவி கல்புர்கியை வருமாறு அழைத்துவிட்டு வந்தவர்களுக்கு காபி போடுவதற்காக சமையலறைக்குச் செல்கிறார். வந்தவர்களில் ஒருவர் துப்பாக்கி யால் கல்புர்கியின் நெஞ்சில் சுட, மற்றொருவர் பைக்கில் தயாராகக் காத்திருக்க ஒரு சில நிமிடங்களில் கல்புர்கியை கொன்று விட்டு அவர்கள் மறைந்தனர்.

கவுரி லங்கேஷ்

கவுரி லங்கேஷ் கர்நாடகாவைச் சேர்ந்த பத்திரிகையாளர். அவர் தந்தை தொடங்கிய லங்கேஷ் பத்திரிக்கே என்ற பத்திரிக்கையின் ஆசிரியராக இருந்தார். பின்னர் அந்தப் பத்திரிகை நடத்துவதில் அவர் சகோதரரோடு ஏற்பட்ட கருத்து வேறுபாடு காரணமாக தனியே பிரிந்து கவுரி லங்கேஷ் பத்திரிக்கே என்ற வார இதழைத் தொடர்ந்து நடத்திக் கொண்டிருந்தார்.

இந்து அடிப்படைவாதத்துக்கும், மதவாத அரசியலுக்கும் எதிராக அவர் தொடர்ந்து குரல் கொடுத்துக் கொண்டிருந்தார். லிங்காயத்து களைச் சிறுபான்மையினராக அறிவிக்க வேண்டும் என்ற கோரிக்கைக்கு அவர் ஆதரவாக நின்றார். காங்கிரஸ், பிஜேபி என்று அனைத்துக் கட்சிகளையும் பற்றி அவர் தொடர்ந்து எழுதினார்.

சாதிய அடக்குமுறைகள் குறித்தும், இந்துமத மூட நம்பிக்கைகள் குறித்தும் தீவிரமான கருத்துகளை கவுரி லங்கேஷ் வெளிப்படுத்தி வந்தார்.

இந்து அடிப்படைவாதிகளுக்கு கவுரி லங்கேஷ் ஒரு தீராத தலைவலியாக இருந்து வந்தார்.

5 செப்டம்பர் 2017 அன்று கவுரி லங்கேஷ் அலுவலகத்தை முடித்துக் கொண்டு, பெங்களூரு ராஜராஜேஸ்வரி நகரில் இருந்த தனது இல்லத்துக்கு வந்து, கதவைத் திறந்து கொண்டிருந்தபோதே, பைக்கில் வந்த மூன்று பேர் அவரை நோக்கிச் சுட்டனர். பின்னர் கொலையாளிகள் மூவரும் பைக்கில் தப்பிச் சென்றனர்.

இந்த மூன்று வழக்குகளும் தற்போது புலன் விசாரணையில் உள்ளன. ஒரு வழக்கு சிபிஐ வசம் கடந்த ஆகஸ்ட் மாதம் சென்றது. சிபிஐ இந்தக் கொலைகளை நடத்தியது ஒரே அமைப்பைச் சேர்ந்த வர்களாக இருக்கலாம் என்று தெரிவித்தது. இந்த வழக்கின் புலனாய்வு நடந்து கொண்டிருந்தபோது, கைது செய்யப்பட்ட ஒரு நபரிடமிருந்து கைப்பற்றப்பட்ட ஓர் ஆவணத்தைப் பரிசீலித்ததில் இந்தியா முழுக்க 21 எழுத்தாளர் மற்றும் கலைஞர்களைக் கொலை செய்ய அவர்கள் திட்டமிட்டு வந்தது தெரியவந்தது.

இந்த நான்கு கொலைகளிலும் ஒரே ஒரு அமைப்பின் பெயர் தொடர்ந்து அடிபட்டுக் கொண்டே இருந்தது. அந்த அமைப்பின் பெயர் சனாத்தன் சன்ஸ்த்தா. இதன் துணை அமைப்புதான் ஹிந்து ஜனஜாக்ருதி சமித்தி. தாபோல்கர் கொலை செய்யப்பட்ட அன்று,

இந்த அமைப்பின் இணையத்தளத்தில், நரேந்திர தாபோல்கரின் படத்தைப் போட்டு, அதன் மேல் சிகப்பு நிறத்தில் X என்று வரையப் பட்டிருந்தது. இதற்குக் கடுமையான விமர்சனங்கள் வரவும், உடனடியாக இது நீக்கப்பட்டது.

இந்த சனாத்தன் சன்ஸ்தா அமைப்பு, தாபோல்கரின் நடவடிக்கை களைத் தொடர்ந்து கண்காணித்துக் கொண்டே இருந்திருக்கிறது. அவரின் பொதுக் கூட்டங்களில் சென்று கலாட்டா செய்வதை இந்த அமைப்பு வழக்கமாகக் கொண்டிருந்தது. தாபோல்கருக்கு வந்த மிரட்டல்களில் பல ஒரே தொனியைக் கொண்டிருந்தன. 'காந்திக்கு நேர்ந்த கதிதான் உனக்கும்' என்பதே அந்த பெரும்பாலான மிரட்டல்களின் அடிநாதமாக இருந்தது.

2008ம் ஆண்டு நவி மும்பை மற்றும் தானேவில் இரண்டு நாடக அரங்கங்களில் குண்டு வெடித்தது. விசாரணையின் முடிவில், விக்ரம் பாவே மற்றும் ரமேஷ் கட்கரி ஆகியோர் சம்பந்தப் பட்டிருப்பது தெரிய வந்தது. இவர்கள் இருவரும் சனாத்தன் சன்ஸ்த்தா அமைப்பைச் சேர்ந்தவர்கள். உடனடியாக இவர்கள் கைது செய்யப்பட்டு, விசாரணை நீதிமன்றத்தில் தலா பத்தாண்டுகள் சிறைத் தண்டனை பெற்றனர்.

2009ல் மத்தியில் காங்கிரஸ் ஆட்சி வந்த பிறகு, மகாராஷ்டிர அரசு, மத்திய உள்துறைக்குக் கடிதம் ஒன்றை அனுப்புகிறது. அந்தக் கடிதத்தில் இரண்டு குண்டு வெடிப்புச் சம்பவங்களிலும், சனாத்தன் சன்ஸ்த்தா அமைப்பைச் சேர்ந்தவர்கள் சம்பந்தப்பட்டுள்ளனர். அதனால் இந்த அமைப்பை உடனடியாகத் தடை செய்ய வேண்டும் என்று அந்தக் கடிதத்தில் கூறப்பட்டது. ஆனால் வாக்கு வங்கி அரசியல் காரணமாகவோ, அல்லது வேறு காரணங்களுக்காகவோ அந்த அமைப்பின் மீது தடை விதிக்கப்படவில்லை. 2009ம் ஆண்டிலேயே இந்த அமைப்பு தடை செய்யப்பட்டிருந்தால், கவுரி லங்கேஷ் உள்ளிட்ட நால்வர் கொலை செய்யப்படாமல் இருந்திருக்கலாம்.

தாபோல்கர் கொலை வழக்கு விசாரணை நடந்து கொண்டிருந்த போது, மகாராஷ்டிர காவல் துறை, 16 செப்டம்பர் 2015 அன்று, இந்த சனாத்தன் சன்ஸ்த்தா அமைப்பைச் சேர்ந்த சமீர் கெய்க்வாட் மற்றும் வீரேந்திர டாவ்டே என இருவரைக் கைது செய்தது. அவர்கள் இருவருக்காக நீதிமன்றத்தில் 21 வழக்கறிஞர்கள் சன்ஸ்த்தா சார்பாக ஆஜராயினர்.

இந்த சனாத்தன் சன்ஸ்த்தா அமைப்போடு 320 அமைப்புகள் நெருக்கமான தொடர்புகளைக் கொண்டுள்ளன என்ற புலனாய்வு அமைப்புகள் தங்கள் விசாரணையில் கண்டறிந்தன. இந்து ராஜ்யம் அமைக்க வேண்டும் என்பதைத் தங்களது பிரதான நோக்கமாக இந்த அமைப்பு அறிவித்துக் கொண்டாலும், வன்முறை நடவடிக்கைகளில் ஈடுபட, தனது துணை அமைப்புகளைப் பயன்படுத்திக் கொண்டு வருகிறது என்பது விசாரணையில் தெரிய வந்தது.

இந்தக் கொலைகள் குறித்து நாடு முழுவதும் கடும் கண்டனக் குரல்கள் எழுந்தபோதும், இது குறித்து ஒரே ஒரு முறை கூட பிரதமர் மோடி வாய் திறக்கவில்லை. சனாத்தன் சன்ஸ்த்தா அமைப்பைச் சேர்ந்தவர்கள் தொடர்ந்து வன்முறையில் ஈடுபட்டு வருவதற்கும், வெடிகுண்டு உள்ளிட்ட ஆயுதங்களைச் சேகரித்து வைத்துள்ளதற்கும் போதுமான ஆதாரங்களை மகாராஷ்டிர மற்றும் கர்நாடகக் காவல்துறையினர் சேகரித்தனர். ஆனால் இது பற்றி மோடி வாய் திறக்காதது மட்டுமல்ல, சனாத்தன் சன்ஸ்த்தா அமைப்பைத் தடை செய்வதற்கும் மறுத்தார்.

இந்த வழக்குகளைத் தொடக்கத்தில் புலனாய்வு செய்த மகாராஷ்டிர தீவிரவாதத் தடுப்புப் பிரிவு மற்றும் சிபிஐ போதுமான நடவடிக்கைகளை ஒழுங்காக எடுத்து, சதிச் செயலில் ஈடுபட்டவர்களைக் கண்டுபிடித்திருந்தால், பின்னாளில் கவுரி லங்கேஷ் கொலையையாவது தடுத்திருக்கமுடியும். ஆனால் கவுரி லங்கேஷ் கொலையைப் புலனாய்வு செய்த கர்நாடக காவல்துறையின் சிறப்புப் புலனாய்வு குழுதான் இக்கொலைகளில் அடங்கியுள்ள பல சதிச் செயல்களைக் கண்டறிந்தது. மகாராஷ்டிர காவல் துறை நடத்திய பல சோதனைகளும், கைப்பற்றப்பட்ட வெடிகுண்டுகளும், கர்நாடகக் காவல்துறை நடத்திய புலனாய்வில் கிடைத்த தரவுகளின் அடிப்படையில்தான். கர்நாடகாவில் சித்தாராமையா தலைமையில் காங்கிரஸ் அரசு நடந்ததும், மகாராஷ்டிராவில் பிஜேபி அரசு நடைபெற்று வருவதையும் நினைவில் கொள்ளுங்கள்.

அனைத்துக் கொலைகளிலும் ஒரு தொடர்பு இருப்பதை காண முடியும். இறந்து போன நால்வருமே பகுத்தறிவுக் கொள்கை உடையவர்கள். மூட நம்பிக்கைகளை எதிர்ப்பவர்கள். தலித் மற்றும் விளிம்பு நிலை மக்களுக்காகத் தங்கள் வாழ்வை அர்ப்பணித்தவர்கள். இவர்கள் பொதுமக்கள் முன்னிலையில், வெளிச்சத்தில் சுடப்பட்டுக் கொல்லப்படுகிறார்கள், அந்தக் கொலைகளைச் செய்தவர்களை காவல் துறை கைது செய்ய முடியாமல் திணறுகிறது. மேலும், இதில் சம்பந்தப்பட்டதாகக் கருதப்படும் ஓர்

இந்து தீவிரவாத அமைப்பை மோடி தடை செய்யத் தயங்குகிறார் என்றால், இது போன்ற கொலைகளை மோடியும் ஊக்குவிக்கிறார் என்றுதானே எடுத்துக் கொள்ளமுடியும்?

இந்தியா போன்ற ஒரு ஜனநாயக நாட்டில், சுதந்திரமாகப் பகுத்தறிவு கொள்கையைக்கூடப் பேச முடியாத ஓர் அவலமான சூழலில்தானே நாம் வாழ்கிறோம்?

ஒரு கருத்தைப் பதில் கருத்தால் எதிர்கொள்ள இந்த அடிப்படை வாதிகளுக்குப் பொறுமையும் இல்லை, தரவுகளும் இல்லை. நாஜி ஜெர்மனியில் எதிர்த்துப் பேசியவர்களையெல்லாம் கொலை செய்தது போன்ற ஒரு சூழல் இந்தியாவிலும் உருவாகும் நாள் வெகுதொலைவில் இல்லை.

மோடி மீண்டும் ஆட்சிக்கு வந்தாரென்றால் இது போன்ற படுகொலைகள் தொடரும் என்பதில் எள்ளளவும் ஐயம் வேண்டாம். ஏனெனில் புலனாய்வு அமைப்புகளைத் தன் வசதிக்கு கூலிப்படையாகப் பயன்படுத்த மோடி என்றுமே தயங்கியதில்லை என்பதை முந்தைய அத்தியாயங்களில் பார்த்தோம். உண்மையை எடுத்துரைக்க வேண்டிய புலனாய்வு அமைப்புகளை உண்மைகளை மறைப்பதற்குப் பயன்படுத்துவது எப்படி ஒரு பிரதமரின் வேலையாகும்?

15

சீரழிந்த பொருளாதாரம்

8 நவம்பர் 2016 அன்று வாட்ஸப்பில் ஒரு செய்தி சுற்றியபடி இருந்தது, 500 மற்றும் 1000 ரூபாய் நோட்டுக்கள் இனி செல்லாது என்பதுதான் அந்தச் செய்தி. 'வேலை வெட்டி இல்லாத யாரோ வதந்தியைக் கிளப்பி விட்டிருக்கிறார்கள்' என்றுதான் எல்லோருமே நினைத்துக் கொண்டிருந்தார்கள். ஆனால் செய்தி உண்மைதான் என்று தொலைக்காட்சியில் அறிவிக்கப்பட்டபோது நாடே பதற்றமானது.

பிரபல தொழிலதிபர்கள், பாலிவுட், கோலிவுட் நட்சத்திரங்கள் போட்டிப் போட்டுக் கொண்டு மோடியைப் பாராட்டினார்கள். ரஜினிகாந்த், ஒரு புதிய இந்தியா பிறந்துவிட்டது என்று கூறினார். கறுப்புப் பணம் வைத்திருக்கும் அனைவரும் வெறும் கரன்சியாகவா வீட்டில் பதுக்கி வைப்பார்கள் என்பது ஒரு பாமரனுக்குக் கூடத் தோன்றும் கேள்வி. அதிகாரிகள், அரசியல்வாதிகள், பங்குச்சந்தை, ரியல் எஸ்டேட், சினிமா, கப்பல் போக்குவரத்து போன்ற துறைகளைச் சேர்ந்த சிலர் பல்வேறு வகைகளில் தங்கள் கருப்புப் பணத்தை முதலீடு செய்திருப்பார்கள் என்பது யாரும் அறியாததல்ல.. இந்தப் பெரும்பாலான கருப்புப் பணம், தேர்தல் சமயத்தில்தான் வெளியே வரும் என்பதையும் மக்கள் யூகித்துவிட்டார்கள்.

8 நவம்பர் 2016 அன்று மோடியின் உரையைத் தொலைக்காட்சிகள் மீண்டும் மீண்டும் ஒளிபரப்பின. அந்த உரையில் கருப்புப் பணம் என்ற வார்த்தையை 18 முறையும், கள்ள நோட்டு என்ற வார்த்தையை 5 முறையும், ஊழல் என்ற வார்த்தையை 16 முறையும் மோடி பயன்படுத்தினார்.

நாட்டில் புழங்கும் கறுப்புப் பணத்தை ஒழிக்க ஒரு போரைத் தொடுத்துள்ளார் மோடி என்று பத்திரிகைகள் புகழாரம் சூட்டின. மின்னணு முறையில் பணம் செலுத்துவதற்கான மென்பொருளான பேடிஎம், மறுநாள் இந்தியாவில் உள்ள அனைத்து நாளிதழ்களிலும் மோடி படத்தோடு முழு பக்க விளம்பரம் வெளியிட்டது.

நவம்பர் 8க்கு பிறகு, 27 நவம்பர் அன்று மோடி மீண்டும் பண மதிப்பிழப்பு குறித்துப் பேசினார். நவம்பர் 8 அன்று கள்ள நோட்டுக்களை ஒழிக்க, கருப்புப் பணத்தை ஒழிக்க என்று பேசிய மோடி, திடீரென்று இந்திய மக்களை டிஜிட்டல் பரிவர்த்தனைக்கு இட்டுச் செல்வதற்காக என்று புதிய கதையை அவிழ்த்துவிட்டார். கள்ள நோட்டு குறித்து ஒரே ஒரு வார்த்தைகூட இல்லை. அதே நேரத்தில் 8 நவம்பர் உரையில் டிஜிட்டல் பொருளாதாரம், கரன்சி இல்லா பொருளாதாரம் என்பது குறித்தும் ஒரு வார்த்தைகூட இல்லை. கருப்புப் பணம் வைத்திருப்பவர்கள் கலக்கமடைந்துள்ளனர். நேர்மையாக வரி கட்டுபவர்களுக்கு எந்தச் சிக்கலும் இல்லை என்றார் மோடி.

மோடியே இவ்வளவு பேசுகிறார் என்றால் அவர் கட்சியில் உள்ள மற்றவர்கள் எப்படிப் பேசுவார்கள்? இவர்கள் மோடியின் கருப்புப் பணம் மீதான அதிரடித் தாக்குதல் குறித்து புளகாங்கிதம் அடைந்து கொண்டிருந்த வேளையில், இந்தியா முழுக்க நேர்மையாக உழைத்துத் தங்களின் வருவாயை வங்கியில் போட்டவர்கள், வங்கிகளின் முன் வரிசையில் நின்று கொண்டிருந்தார்கள்.

முதலில் 4000 ரூபாய் பழைய நோட்டுகளைக் கொடுத்து புதிய தாள்கள் பெற்றுக்கொள்ளலாம் என்று அறிவித்தது ரிசர்வ் வங்கி. நவம்பர் 13 அன்று, இது 4500 ரூபாயாக உயர்த்தப்பட்டது. நவம்பர் 17 அன்று இது 2000 ரூபாயாகக் குறைக்கப்பட்டது. ஏடிஎம்களில் பணம் எடுப்பதற்கும் விதிமுறைகள் மாற்றப்பட்டன. 8 நவம்பர் அன்று 2000 ரூபாய். பிறகு 4000 ரூபாய். 8 நவம்பர் முதல், மூன்று மாதங்களுக்கு எந்த ஏடிஎம்முக்குச் சென்றாலும் மைல் நீளத்துக்கு

மக்கள் வரிசையில் நிற்பதைப் பார்க்கமுடிந்தது. வங்கிகளிலும் இதே கூட்டம். வங்கி அதிகாரிகளுக்கு விடுப்பே கிடையாது. ஞாயிறன்றும் பணியாற்றவேண்டும் என்று உத்தரவிடப்பட்டது.

கட்டுமானம், உற்பத்தி, சந்தை என்று பல்வேறு இடங்களில் தொழில் செய்து கொண்டிருந்தவர்கள், தினந்தோறும் கூலியை ரொக்கமாகக் கொடுப்பதே வழக்கம். இந்த பணமதிப்பிழப்பு நடவடிக்கையால், ரொக்கத்தை அடிப்படையாகக் கொண்டு நடந்த அத்தனை தொழில்களும் நொடித்துப் போயின. தங்களிடம் வேலை செய்த கூலிகளுக்கு நாட்கூலி வழங்க, சம்பந்தப்பட்ட தொழிலதிபர்கள், அத்தனை பேரையும் வங்கிக்கு அழைத்துச் சென்று அவர்களுக்குப் புதிய கணக்கு திறக்கும் நிலைக்கு ஆளாக்கப் பட்டார்கள். ஏற்கெனவே பழைய நோட்டுக்களை மாற்றும் பணியில் ஒட்டுமொத்த வங்கியும் ஈடுபட்டிருக்கையில், புதிய கணக்கைத் திறப்பதற்கு எந்த வங்கிப் பணியாளர் இருப்பார்? வங்கிகளில் கூட்டம் அலை மோதியது. தினக்கூலிகள் பல நாட்கள் கூலி கிடைக்காமல் அவதிப்பட்டனர்.

முதல் வாரத்தில் ஏடிஎம்களிலும் பணமில்லாத நிலை இருந்தது. என்ன காரணமென்றால், இது வரை இருந்து வந்த ரூபாய் நோட்டுகளின் அளவில் மாற்றம் செய்யப்பட்டிருந்தது. அதனால் புதிய ரூபாய் நோட்டுக்களின் அளவுக்கு ஏற்ப நாடு முழுக்க உள்ள ஏடிஎம்களை மாற்றியமைக்க வேண்டும். இதற்குப் பல நாட்கள் ஆனது.

பெரும்பாலான ஏடிஎம்களில் பணமில்லை என்ற போர்டு தொங்கியது.

மருத்துவமனைகளில் உறவினர்களைச் சேர்த்தவர்கள், குடும்பத்தில் திருமணம் வைத்திருப்பவர்கள், சொத்து வாங்க ஒப்பந்தம் போட்டவர்கள் என்று பலரும் வரிசையில் நின்று மோடியைச் சபித்துக் கொண்டிருந்தார்கள். நம் உழைப்பில் நாம் சம்பாதித்த 2000 ரூபாயை எடுத்து செலவு செய்வதற்காக நம்மை இரண்டு மணி நேரம் வரிசையில் நிற்க வைத்தார் மோடி. உழைப்பாளி மக்கள் கால் கடுக்க வரிசையில் நின்று கொண்டிருக்க, பணமதிப்பிழப்பு நடவடிக்கை அறிவித்து ஒரு மாதம் கழித்து சரியாக 8 டிசம்பர் 2018 அன்று, மணல் காண்டிராக்ட் எடுக்கும் சேகர் ரெட்டியிடமிருந்து 33.6 கோடி ரூபாய் புதிய 2000 நோட்டுக்களை வருமான வரித் துறை கைப்பற்றியது. இது போல நாடெங்கும் பலவேறு இடங்களில் நடந்த வருமான

வரிச் சோதனையில் புதிய நோட்டுகள் கோடிக்கணக்கில் கண்டுபிடிக்கப்பட்டன.

சேகர் ரெட்டி மீது சிபிஐ வழக்கு பதிவு செய்தது. அக்டோபர் 2017ல் இந்து நாளேடு ஒரு செய்தியை வெளியிட்டது. நாடு முழுக்க இருந்த வங்கிகளுக்கு ரிசர்வ் வங்கி புதிய தாள்களை அனுப்பியபோது அந்த ரூபாய் தாள்களின் வரிசை எண்ணைக் குறித்து வைத்துக் கொள்ள வில்லை என்று. இப்படி அடிப்படையான தயாரிப்பு வேலைகளைக் கூடச் செய்யாமல், இந்தப் பண மதிப்பிழப்பு நடவடிக்கை செயல் படுத்தப்பட்டது. நோட்டை மாற்றுவது என்று முடிவாயிற்று. குறைந்தது பழைய நோட்டின் அளவிலேயே புதிய நோட்டுக்களை அச்சடித்திருக்கலாம் அல்லவா? நோட்டுக்களை ஏடிஎம்களில் நிரப்ப அவ்வளவு சிரமப்பட்டிருக்க வேண்டியதில்லை அல்லவா? ஆனால் இதிலும் மாற்றம் கொண்டு வருகிறேன் என்று மோடி இறங்கியதன் விளைவே நாடு அடைந்த வேதனைகளுக்கு காரணம்.

அனைத்து வங்கிகளும் பழைய கரன்சியைப் பெற்றுக் கொள்ளலாம் என்று தொடக்கத்தில் அறிவிப்பு வெளியிடப்பட்டது. இதன் அடிப்படையில் கூட்டுறவு வங்கிகள் பழைய நோட்டுக்களை வாங்கிக்கொண்டு புதிய ரூபாய் தாள்களை அளித்து வந்தன. 14 நவம்பர் அன்று, இனி கூட்டுறவு வங்கிகள் பழைய நோட்டுக்களை மாற்றித் தரக் கூடாது என்று ரிசர்வ் வங்கி உத்தரவு பிறப்பித்தது. இதற்குள் நாடு முழுவதும் பல ஆயிரக்கணக்கான கோடிகளை, கருப்புப் பண முதலைகள் மாற்றி முடித்திருந்தன.

பின்னாளில் தகவல் அறியும் உரிமைச் சட்டம் மூலமாக வெளிவந்த உண்மை என்னவென்றால், அகமதாபாத் கூட்டுறவு வங்கி பணமதிப்பிழப்பு அறிவிக்கப்பட்ட ஒரே வாரத்தில் 745.59 கோடி பழைய நோட்டுக்களை மாற்றியுள்ளது என்பதே. இதில் கூடுதலாக சுவையான விஷயம் என்னவென்றால், இந்த வங்கியின் இயக்குநர் பிஜேபி தலைவர் அமித் ஷா என்பதே. இதற்கு அடுத்தபடியாக அதிக அளவிலான பழைய நோட்டுக்களைப் பெற்றது ராஜ்கோட் மாவட்ட கூட்டுறவு வங்கி. இந்த வங்கி, ஒரே வாரத்தில் 693.19 கோடி பழைய நோட்டுகளை மாற்றியுள்ளது. இந்த வங்கியின் இயக்குநர், குஜராத் முதல்வர் விஜய் ருப்பானியின் அமைச் சரவையில் அமைச்சராக உள்ள விட்டல்பாய் ரடாடியா.

இந்த இரு கூட்டுறவு வங்கிகளில் இத்தனை கோடி பழைய நோட்டு களை மாற்றியுள்ளன. குஜராத்தின் தலைமை கூட்டுறவு வங்கி

எவ்வளவு பழைய நோட்டுக்களை மாற்றியுள்ளது தெரியுமா? வெறும் 1.1 கோடி.

இந்தியா கண்ட மிகச் சிறந்த பொருளாதார அறிஞரான முன்னாள் பிரதமர் மன்மோகன் சிங், பணமதிப்பிழப்பு குறித்த நாடாளுமன்ற விவாதத்தின்போது, இந்த நடவடிக்கை ஒரு திட்டமிட்ட கொள்ளை என்றார். கடினமான வார்த்தைகளைப் பயன்படுத்தாத மன்மோகன் சிங்கே இப்படிப் பேசியது நாடெங்கும் அதிர்வலைகளை ஏற்படுத்தி யிருந்தது. வரலாறு காணாத மோசமான நடவடிக்கை இது என்று வர்ணித்தார் மன்மோகன் சிங்.

மன்மோகன் சிங் கூறியது எத்தனை உண்மை என்பது பின்னாளில் தெரியவந்தது. ரிசர்வ் வங்கியின் ஆண்டறிக்கை செப்டெம்பர் 2018ல் வெளியானது. அந்த அறிக்கையில் செல்லாது என்று அறிவிக்கப்பட்ட 500 மற்றும் 1000 ரூபாய் நோட்டுக்களில் 99.3 சதவிகித நோட்டுகள், ரிசர்வ் வங்கிக்குத் திரும்ப வந்துவிட்டன என்று அறிவித்தது. இதற்கா இத்தனை படாடோபம்?

இது மட்டுமல்ல. பண மதிப்பிழப்பு நடவடிக்கைக்குப் பின், 2016-17 நிதியாண்டில், ரிசர்வ் வங்கி புதிய நோட்டுகளை அச்சிடுவதற்காக 7,965 கோடி செலவிட்டது. ஜூலை 2017 முதல் ஜூன் 2018 வரையில் புதிய நோட்டுக்களை அச்சிட 4,912 கோடி செலவிட்டுள்ளதும் தெரிய வந்தது. 2017-18 நிதியாண்டில் 500 ரூபாய் நோட்டுக்கள் 9,892ம் 1000 ரூபாய் நோட்டுகள் 17,929ம் கண்டுபிடிக்கப்பட்டன. கள்ள நோட்டுகளை ஒழித்த லட்சணம் இதுதான்.

சாதாரண சாதனையைக்கூட படாடோபமாக விளம்பரப்படுத்திக் கொள்ளும் மோடியும், பாஜகவும், 8 நவம்பர் 2018, பணமதிப்பிழப்பு நடவடிக்கையின் இரண்டாம் ஆண்டு அன்று, அமைதியாக இருந்தனர்.

இப்படிப்பட்ட முகமது பின் துக்ளக் போன்ற பல முட்டாள்தனமான நடவடிக்கைகளால், நாட்டின் பொருளாதாரம் வீழ்ச்சியடைந்தது. ரூபாய்க்கு எதிரான இந்திய ரூபாயின் மதிப்பு வரலாறு காணாத அளவுக்கு வீழ்ந்தது.

பண மதிப்பிழப்பு போலவே, பொருளாதாரத்தைச் சீர்குலைத்த மோடியின் மற்றொரு நடவடிக்கை ஜிஎஸ்டி. காங்கிரஸ் ஆட்சி காலத்திலேயே இதற்கான செயல் திட்டங்கள் தொடங்கப்பட்டன. அனைத்துப் பொருட்களுக்கும் ஒரே வரி என்பதுதான் இதன்

நோக்கம். இதில் எந்தப் பொருட்களுக்கு, எந்தத் துறைக்கு எந்த விகிதத்தில் வரி விதிப்பது என்பதுதான் விவாதப் பொருளாக இருந்தது. ஆனால் மோடியோ, ஒரே நாளில் ஜிஎஸ்டியைக் கொண்டு வந்தார். ஏறக்குறைய அனைத்துப் பொருட்களுக்கும் ஒரே வரி. மதுபானத்துக்கு விதிக்கப்படும் வரியும், நாம் வாங்கும் மளிகை சாமான்களுக்கு இருக்கும் வரியும் எப்படி ஒரே மாதிரி இருக்க முடியும்?

ஆனால் அப்படித்தான் ஜிஎஸ்டி செயல்படுத்தப்பட்டது. கிட்டத் தட்ட 200 முறைகளுக்கு மேல் ஜிஎஸ்டி வரி விகிதம் மாற்றி அமைக்கப்பட்டது. ஜிஎஸ்டியை ஆன்லைனில் செலுத்துவதற்கான ஏற்பாடுகளும் முழுமையாக முடிக்கப்படவில்லை. ஜிஎஸ்டிக்கான கடைசி தேதி வந்தபோது மென்பொருளில் கோளாறு என்று கடைசி தேதி தள்ளி வைக்கப்பட்டது. யாருடனும் கலந்தாலோசிக்காமல், மனம் போன போக்கில் ஜிஎஸ்டி அமல்படுத்தப்பட்டதால், நாடெங்கும் சிறு, குறு மற்றும் நடுத்தர தொழில்கள் நசிந்தன, அழிந்தன. இதன் சங்கிலித் தொடர் விளைவாக லட்சக்கணக்கில் வேலை இழப்பு ஏற்பட்டது.

கடந்த ஆண்டு மோடி அளித்த பேட்டி ஒன்றில், வேலை வாய்ப்புகள் உருவாக்கப்படவில்லையே என்ற கேள்விக்கு, ஒருவர் பகோடா தயார் செய்து விற்பனை செய்கிறார். அவர் சொந்தமாக தொழில் செய்வதால் அவரும் தொழிலதிபர்தான். பகோடா விற்பனை செய்வதும் ஒரு வேலைதானே? என்று பதிலளித்தார் மோடி. இவ்வளவுதான் மோடியின் பொருளாதார அறிவு.

நாட்டின் பொருளாதாரம் சரிவைக் கண்டு கொண்டிருந்த வேளையில், மோடியால் ஆளுநராக்கப்பட்ட ரிசர்வ் வங்கி ஆளுநர் உர்ஜித் படேல் ராஜினாமா செய்தார். இவர் ராஜினாமா செய்ததை அடுத்து யார் ஆளுநர் என்று அனைவரும் ஆலோசனை செய்த வேளையில், எம்ஏ பொருளாதாரம் படித்த, ஓய்வு பெற்ற ஐஏஎஸ் அதிகாரியான சக்திகாந்தா தாஸை ரிசர்வ் வங்கி ஆளுநராக நியமித்தார் மோடி.

நாட்டின் பொருளாதாரம், ஜிஎஸ்டி மற்றும் பணமதிப்பிழப்பு நடவடிக்கையால், தொய்வடைந்திருக்கிறது. கடுமையான நடவடிக்கை வேண்டும் என்று பொருளாதார அறிஞர்கள் கவலை தெரிவித்துக் கொண்டிருக்கும் நேரத்தில்தான் எம்ஏ பொருளாதாரம் படித்தவரை ரிசர்வ் வங்கி ஆளுநர் ஆக்கினார் மோடி.

ஒருவருக்கு எல்லாமே தெரிந்திருக்கவேண்டும் என்று அவசிய மில்லை. மக்களால் தேர்ந்தெடுக்கப்பட்ட ஒரு பிரதமர், அனைத்து விவகாரங்களிலும் நிபுணராக இருக்க வேண்டிய அவசியம் இல்லை. அவருக்கு உதவத்தான் அமைச்சர்கள், அதிகாரிகள் இருக்கின்றனர்.

ஆனால் நான் யாரையும் கலந்தாலோசிக்க மாட்டேன், நான் வைத்ததே சட்டம் என்று இறுமாப்போடு ஒரு ஆட்சியாளர் நடவடிக்கை எடுத்தால் பொருளாதாரம் என்ன சீரழிவை அடையுமோ, அந்த சீரழிவைத்தானே இந்தியா இந்த நான்கரை ஆண்டுகளில் கண்டுவருகிறது.

16

ரபேல் விமான பேரம் - மோடியின் தேசபக்தி

15 வருடங்களாக இழுபறியில் இருந்த ரபேல் போர் விமானம் வாங்குவதற்கான ஒப்பந்தத்தை அதிரடியாக மோடி முடித்து வைத்தார், இது நம் இந்திய விமானப் படைக்குக் கிடைத்த பரிசு என்று 2015 ஆம் ஆண்டு முன்னணி பத்திரிகைகள் செய்தி வெளியிட்டன. 2009-14 ஐக்கிய முற்போக்குக் கூட்டணி ஆட்சியில் அதிகப்படியான ஊழல் புகார்கள் குவிந்ததால், மத்திய அரசாங்கம் எந்த ஒரு பெரிய முடிவையும் எடுக்க பயந்து காலம் தாழ்த்தத் தொடங்கியது. முடிவுகளை ஒத்திப் போட்டது. ஒருகட்டத்தில் பொறுக்க முடியாமல் பெருநிறுவன முதலாளிகள் 'பாலிசி பாராலிஸிஸ்' (கொள்கை முடக்கம்) என்று விமர்சனம் செய்துகொண்டிருந்த நேரம். ஒரு சிறிய ஒப்புதலுக்கே பல மாதம் காத்துக் கிடக்க நேர்ந்ததை ஒப்பிடுகையில், பிஜேபி அரசு எடுத்த துரித முடிவு அதிரடி மாற்றமாகவே பார்க்கப்பட்டது.

இது உண்மையாகவே தேசத்திற்கான அதிரடி மாற்றமா அல்லது அரண்மனைக்கு நெருங்கிய ஒரு சில முதலாளிகளுக்கு பயனளிக்க எடுக்கப்பட்ட முடிவா? இல்லை எதேச்சையாக எடுக்கப்பட்ட முடிவா என்பதைக் காலம்தான் முடிவு செய்யும்.

2000ம் ஆண்டு முதல் இந்திய விமானப் படை போதுமான நவீன ரக விமானங்கள் இல்லாமல் தவித்து வந்தது. போதாக்குறைக்குப் பயன்பாட்டில் இருந்த MIG-21 வகை விமானங்கள் அதிகப்படியான விபத்துகளைச் சந்தித்திருந்தது. இதனைக் கருத்தில் கொண்டு 2007 ஆம் ஆண்டு 126 MMRCA (Medium Multi-role Combat Aircraft) விமானம் வாங்கும் பொருட்டு டெண்டர் (RFP) விடப்பட்டது. அதற்கு அடுத்த ஆண்டு ரஷ்யாவின் மிக்-35, சுவீடன் JAS-39 (SAB), பிரான்ஸ் Rafale (Dassult), அமெரிக்கா F-16 Falcon (Lockheed Martin), Boeing F/A-18 Super Hornet, Eurofighter Typhoon போன்ற கம்பெனிகள் டெண்டரில் பங்கெடுத்தன. பல கட்ட மதிப்பீட்டின் முடிவில், 2012 ஆம் ஆண்டு குறைந்த விலைப் புள்ளிகள் அளித்த நிறுவனம் என்ற அடிப்படையில் ரபேல் நிறுவனம் தேர்ந்தெடுக்கப்பட்டது.

இதன் அடிப்படியில் சுமார் 10.2 பில்லியன் அமெரிக்க டாலர் மதிப்பிலான 126 போர் விமானங்களை ரபேல் நிறுவனம் சப்ளை செய்யவேண்டும். அதில் 18 பறக்கும் நிலையில் முழுவதுமாக செய்து தர வேண்டும். மீதம் 108 இந்தியாவில் HAL நிறுவனம் மூலம் டெக்னாலஜி ட்ரான்ஸ்பர் முறையில் செய்ய வேண்டும் போன்ற விதிகளை இந்தியா விதிக்கிறது. இந்த ஒப்பந்தத்தில் முக்கிய அம்சம் இரண்டு

1) டெக்னாலஜி ட்ரான்ஸ்பர்: MMRCA போர் விமானம் செய்யத் தேவையான அனைத்து டெக்னாலஜியையும் பொதுத் துறை நிறுவனமான ஹெச்ஏஎல் நிறுவனத்திடம் அளிக்க வேண்டும். அதன் மூலம் நாமே தேவைப்படும் விமானத்தை உருவாக்கும் திறனைப் பெறலாம். (இப்போது Make in India என்று வெள்ளையடிக்கப்பட்ட திட்டம் அப்போது National Manufacturing Policy) என்று இருந்தது. ToT (Transfer of Technology) என்பது எப்படி செய்யவேண்டும் என்பது மட்டும் அல்ல, எதனால் இப்படிச் செய்யவேண்டும் என்பதுவும் கூட ஏற்கெனவே இருந்த தேசிய உற்பத்திக் கொள்கையில் வரையறுக்கப்பட்டு இருந்தது. இதற்குப் புது வண்ணம் பூசித்தான் மோடி மேக் இன் இந்தியா என்று உருமாற்றம் செய்தார்.

2) Offset Clause : இந்த கான்ட்ராக்ட்டின் மூலம் வரும் வருமானத்தில் 50% Dassult நிறுவனம், விமான உதிரி பாகங்கள் தயாரிக்க இந்தியாவிலேயே முதலீடு செய்ய வேண்டும்.

டசால்ட் நிறுவனத்தைப் பொறுத்தவரை இது மிக முக்கியமான ஒப்பந்தம் இது. ஏனென்றால் அதன் 26 ஆண்டுகால வரலாற்றில் இந்தியாவைத் தவிர வேறு எந்த நாடும் அதன் போர் விமானங்களை வாங்கவில்லை. மேலும் அதன் நிறுவனர் நிதி மோசடி புகாரில் உள்ளாகி மிகுந்த பின்னடைவைச் சந்தித்திருந்த நேரம் அது. அந்தக் கம்பெனியின் மீட்சிக்கு இந்த ஒப்பந்தம் மிக அவசியமானதாக இருந்தது, கடுமையான நிதி நெருக்கடியிலும் அந்நிறுவனம் இருந்தது.

அப்படி இருக்கும் நிலையில், முதலில் எல்லா விதிகளுக்கும் தலையசைத்த டசால்ட் நிறுவனம் மெல்ல நிபந்தனைகளை மாற்ற முயற்சி செய்தது. ஹெச்ஏஎல் உருவாக்கும் விமானத்திற்கு உத்தரவாதம் தர மறுத்தது. டெக்னாலஜி ட்ரான்ஸ்ஃபர் ஒப்பந்தத்தை மாற்ற முயற்சித்தது. இது என்ன ஆயிற்று என்பதைப் பின்னர் பார்க்கலாம்.

இது நடந்தது 2012ம் ஆண்டு. காங்கிரஸ் அரசின் மிக மோசமான காலகட்டம். 2ஜி ஊழல், காமன்வெல்த் போட்டி ஊழல் என அடுக்கடுக்கான பிரச்னைகளை சந்தித்தது. அந்தக் காலகட்டத்தில் டசால்ட் குறைந்த விலைப்புள்ளி கோரியதாக அறிவிக்கப்பட்டது. உடனடியாக, தெலுங்கு தேசம் கட்சியின் எம்பி மைசூரா ரெட்டி டெண்டரில் முறைகேடு நடந்திருப்பதாகக் குற்றச்சாட்டை வைக்கிறார்.

அதன் அடிப்படையில் விசாரணை தொடங்கப்பட்டது. மேலும் ஆட்சி முடிவில் இருக்கும் தருவாயில் மிகப் பெரிய முடிவு எடுக்க வேண்டாம் என்று அப்பொழுதைய பாதுகாப்புத் துறை அமைச்சர் ஏ.கே. அந்தோணி இந்த ஒப்பந்தத்தை நிறுத்தி வைத்தார்.

இதன் பின் 2014 ஆம் ஆண்டு மோடி ஆட்சி அமைத்த பின்பு பாதுகாப்புத் துறை, அதுவரை கிடப்பில் போடப்பட்ட ஒப்பந்தத்தைக் கையில் எடுத்து மிக மும்முரமாகத் துரிதப்படுத்த துவங்கியது.

பிப்ரவரி 2015ல் ஆம் ஆண்டு பெங்களூர் வந்த டசால்ட் தலைமை செயல் அதிகாரி, எரிக் ட்ரேப்பியர், விலையில் எந்த மாற்றமும் இல்லை, ஒப்பந்தப்படி 10.2 பில்லியன் டால்தான் என்பதை உறுதி செய்கிறார்.

மார்ச் 2015ல் 126 போர் விமானத்தை ஹெச்ஏஎல் உடன் இணைந்து தயாரிப்பதை உறுதி செய்து ஒரு விழாவில் ஐஏஎஃப் முன்னணியில் டசால்ட் நிறுவனம் அறிவிக்கிறது

27 மார்ச் 2015 அன்று, டசால்ட் நிறுவனத்தின் சார்மேன் அளித்த பேட்டியில் 126 போர் விமானம் வாங்கும் ஒப்பந்தம் 95% முடிவடைந்தது எனக் கூறுகிறார்

இப்படி நிகழ்வுகள் சென்று கொண்டிருக்கும் போது அரசு முறை பயணமாக ஏப்ரல் 2015ல், மோடி பிரான்ஸ் செல்ல திட்டமிடப் படுகிறது. அங்கு வழக்கமாக வெளியுறவுத் துறை செயலாளர் நடத்தும் பத்திரிக்கையாளர் சந்திப்பில் இந்த ஒப்பந்தம் தொடர்பாகச் சில கேள்விகள் கேட்கப்படுகின்றது. அதற்கு அவர் அளித்த பதில்

'இந்தியப் பாதுகாப்பு அமைச்சருக்கும், பிரெஞ்சு கம்பெனிக்கும் பேச்சு வார்த்தை நடந்து கொண்டிருக்கிறது அதையும் மோடியின் விஜயத்தையும் ஒன்றோடு ஒன்று பிணைத்துப் பார்க்க வேண்டாம்' என்று கூறுகிறார்.

அதன்பின் பிரான்ஸ் அதிபரும் மோடியும் பயண இறுதியில் கூட்டறிக்கை விடுகின்றபோது ரபேல் போர் விமானம் ஒப்பந்தம் உறுதி செய்யப்பட்டதாகக் கூறுகின்றனர். இதுவரை போட்டு வைத்த மொத்தக் கோடுகளையும் அழித்துவிட்டுப் புதிதாக ஒப்பந்தம் உறுதி செய்யப்படுகிறது.

அதன்படி 81 போர் விமானம் மட்டுமே வாங்குவது, டெக்னாலஜி ட்ரான்ஸ்ஃபர் முறையைக் கைவிடுவது என முடிவு செய்யப்பட்டது. மற்ற விபரங்கள் பின்னால் தெரிவிக்கப்படும் என்று முடித்துக் கொண்டனர்.

ராணுவத் தளவாடங்கள், போர் விமானங்கள், ஏவுகணைகள், நீர்மூழ்கி கப்பல்கள் போன்றவற்றை வெளிநாடுகளில் இருந்து வாங்குகையில் மிக மிக முக்கியமான கூறு, தொழில்நுட்ப மாறுதல். ஏனெனில், தொழில்நுட்ப மாறுதல் அம்சம் ஒப்பந்தத்தில் இருந்தால், நமது ராணுவத் தளவாட ஆராய்ச்சி நிறுவனங்களின் மூலம், நாமே எதிர்காலத்தில் அவற்றைத் தயாரிக்க முடியும். ஆகையால் எந்த ஒப்பந்தத்திலும் இது அவசியம். ஆனால், இப்படி ஒரு முக்கியமான கூறை ரத்து செய்ய, இந்தியா இதுவரை சந்தித்திராத, மகாத்மா காந்தியைவிட மிகத் தீவிரமான தேசபக்தரான மோடி எப்படி ஒப்புக் கொண்டார் என்பதுதான் புரியாத புதிர்.

இது முன்னாள் ராணுவத் தளபதிகள் மத்தியில் சர்ச்சையை ஏற்படுத்தியது 81 போர் விமானங்கள் நமது தேவைக்குப் போதுமானதல்ல என்று வாதிட்டனர்.

பாதுகாப்புத்துறை தொடர்பான எந்த ஒப்பந்தமாக இருந்தாலும், பாதுகாப்பு அமைச்சர் அந்த ஒப்பந்தம் கையெழுத்திடப் படுகையில் உடனிருப்பது, காலங்காலமாகக் கடைபிடிக்கப்பட்டு வரும் மரபு. ஏனெனில் நாள்தோறும், முப்படைத் தளபதிகளோடு நெருக்கமான தொடர்பில் இருக்கும் அவருக்குத்தான், நம் நாட்டின் பாதுகாப்புக்கு எது தேவை, எது முக்கியம் என்பது தெளிவாகத் தெரியும்.

ஆனால் ரபேல் ஒப்பந்தம் திருத்தி அமைக்கப்பட்டு கையெழுத்தான போது அவர் என்ன செய்து கொண்டிருந்தார் தெரியுமா?

கோவாவில் மீன் கடை திறப்பு விழாவில் பங்கெடுத்துக்கொண்டு இருந்தார்.

சரி, அவருக்கு இதைப் பற்றி முன்பே தெரியுமா என்றால் அதுவும் இல்லை, மோடி எடுத்த முடிவுக்கு முட்டுக் கொடுக்கும் வேலை மட்டுமே அவருக்குக் கொடுக்கப்பட்டது. அவர் தூர்தர்ஷனிற்கு அவசரமாக ஒரு பேட்டி அளிக்கிறார் அதில் மோடி ஒரு மிகத் தைரியமான முடிவை எடுத்திருக்கிறார் என்றும் அதற்கு பல எதிர்ப்புகள் வந்தாலும் அதை தாம் சமாளிக்க முடியும் என்றும் கூறுகிறார்.

முதலில் சுப்ரமணிய சுவாமி இந்த ஒப்பந்தத்திற்கு பலத்த எதிர்ப்புத் தெரிவித்து பிரதமருக்கு கடிதம் எழுதுகிறார். அதில் ரபேல் விமானம் தரமற்றது அதனை வாங்க முடிவு செய்தால் பொது நல வழக்குத் தொடருவேன் என்று பேட்டியும் கொடுக்கிறார். 2016ல் அவருக்கு மாநிலங்களவை உறுப்பினர் பதவி அளிக்கப்படுகிறது. மோடிக்கு அடுத்த தீவிர தேசபக்தரான சுவாமியும் இது குறித்து அதன் பிறகு வாயே திறக்கவில்லை.

இப்படிப் பாதுகாப்பு அமைச்சருக்கும் தெரியாமல், நிதி அமைச்சரையும் கேட்காமல் யாரைக் கேட்டு இந்த முடிவை எடுத்திருப்பார்? ஒரு வேலை பாரிஸ் நகருக்கு மோடியுடன் சென்ற அம்பானியைக் கேட்டு எடுத்திருப்பாரோ? அம்பானிக்கும் பாதுகாப்புத் துறைக்கும் என்ன தொடர்பு?

முதலில் எல்லாவற்றிற்கும் சம்மதம் தெரிவித்த நிறுவனம் திடீர் என முறுக்கிக் கொள்ள காரணம் என்ன? எல்1 அந்தஸ்து பெற்ற இரண்டே வாரத்தில் எதேச்சையாக டசால்ட் நிறுவனம், முகேஷ் அம்பானியுடன் கைகோர்க்கிறது. அதன் பின்புதான் டசால்ட் ஒப்பந்தத்துக்கு முந்தைய கருத்துருவில் (Request for Proposal-RFP) உள்ள ஒரு ஒரு விதியையும் மாற்ற முயல்கிறது, குறிப்பாக எப்படியாவது இந்தியப் பொதுத்துறை நிறுவனமான ஹெச்ஏஎல்லை ஓரங்கட்ட டஸ்ஸால்ட் நிறுவனம் முகேஷ் அம்பானியுடன் சேர்ந்து கொண்டது.

இளைய அம்பானி மட்டும் சளைத்தவரா என்ன? ரிலையன்ஸ் டிஃபென்ஸ் என்ற நிறுவனத்தை அனில் அம்பானி தொடங்குகிறார். அவர் அந்நிறுவனத்தைத் தொடங்கியது 28 மார்ச் 2015 அன்று. சரியாக மோடி பிரான்ஸ் நாட்டிற்குச் செல்வதற்கு 3 வாரங்கள் முன்பு.

ஆகஸ்ட் 2014ல், பாதுகாப்புத் துறையில் நேரடி அந்நிய முதலீட்டை 49% சதவீதமாக உயர்த்துகிறது அரசு. அதன் அடிப்படையில் 51:49 சதவிகித முறைப்படி டசால்ட் நிறுவனத்துடன், அனில் அம்பானி கூட்டணி அமைக்கிறார். பிரான்ஸ் ஒப்பந்தத்திற்குப் பிறகு Offset Clause அடிப்படையில் விமான உதிரி பாகம் செய்யும் ஒப்பந்தம் அவர் கைகளுக்குச் செல்கிறது. மற்ற விபரங்கள் பின்னால் உறுதி செய்யப்படும் என்று கூட்டறிக்கையில் சொன்னார்கள் அல்லவா? அதில் தான் பெரிய அதிர்ச்சி காத்திருந்தது.

பழைய ஒப்பந்தப்படி 126 விமானங்கள் 90,000 கோடிக்கு வாங்க இருந்ததைக் கைவிட்டு வெறும் 36 விமானங்களை 60,000 கோடிக்கு வாங்க முடிவு எடுக்கப்பட்டது. இதன்படி ஒரு விமானம் 714 கோடிக்கு வாங்குவதற்கு பதில் 1611 கோடிக்கு வாங்கவிருக்கிறோம்.

இப்பொழுது இந்த விலையுயர்வை நியாயப்படுத்த முன்வைக்கப் படும் காரணங்களைப் பார்ப்போம், அதிக நாட்கள் இந்த ஒப்பந்தம் கையெழுத்து ஆகாததால் இந்த விலை உயர்வு என்று கூறினால் அது தவறு. ஏனெனில் RFPயில் மிகத் தெளிவாக பணவீக்க விகிதம் 3.9% நிர்ணயம் செய்யப்படுகிறது. அதன் அடிப்படியில் கணக்கிட்டால் 3 மடங்கு விலை அதிகரிக்க வாய்ப்பே இல்லை.

காங்கிரஸ் அரசு செய்த ஒப்பந்தத்தில் இருந்த தொழில்நுட்பத்தை விட அதிகத் தரத்தில் தொழில்நுட்பத்தை உயர்த்தியுள்ளதால் இந்த விலை ஏற்றம் என்பது இரண்டாவது காரணம். விலை மாற்றம் என்ற கேள்வியை நீர்த்துப் போகச் செய்வதற்கான வேலைதான் இது. அப்படி என்ன மாற்றம் என்று பார்த்தால் ஒரு ஏவுகணை புதிதாக விமானத்தில் பொருத்தப்படுகிறது. அதன் விலை 13 கோடி.

மற்றொரு மாற்றம் Helmet Mounted Display System (HMDS). அதாவது தலையில் அணிந்திருக்கும் தலைக்கவசத்தில் உள்ள திரையில் தேவையான விபரங்களை விமானப் படை வீரர் பார்த்துக்கொள்ள முடியும். அதன் மூலம் எதிரி விமானத்தைக் குறி வைத்து லாக் செய்ய முடியும். இதன் விலை 0.4 மில்லியன் டாலர் (2.5 கோடி). காங்கிரஸ் அரசு போட்ட ஒப்பந்தத்தில் இருந்து தற்போது கொண்டு வரப்பட்டுள்ள இரண்டு மாற்றங்கள் இதுதான்.

இந்த இரு தர மேம்படுத்தல் செலவுகளையும் சேர்த்தால் கூட 730 கோடிதான் வருகிறது. இந்தத் தகவல்களும் அதிகாரப்பூர்வமானது அல்ல. செய்தித்தாள்களில் விவாதிக்கப்படும் விஷயங்கள்தான். ஆனால் அதிக அளவில், மிகுந்த பொருட்செலவில் ராணுவத் தளவாடங்கள் வாங்குகையில், பேச்சுவார்த்தை நடத்தி, விலையை நிச்சயமாகக் குறைக்க முடியும். மேலும் 26 வருடங்களாகப் பெரிய ஒப்பந்தம் எதையும் பெறாமல் இருந்த டசால்ட் நிறுவனம், இந்தியாவின் இந்த ஒப்பந்தத்தைப் பெரிதும் நம்பியிருந்த காரணத்தால், இந்தியா விதிக்கும் நிபந்தனைகளை அது ஏற்றுக்கொள்ளும்.

தலைக் கவசத்தில் திரை தெரியும் தொழில்நுட்பம் உள்ள உபகரணத்தைத் தயாரிப்பது இஸ்ரேலைச் சேர்ந்த எல்பிட் என்ற நிறுவனம். அந்நிறுவனம் மார்ச் 2016ம் ஆண்டு ஏரோ டிஃபென்ஸ் சிஸ்டம் என்ற இந்தியாவைச் சேர்ந்த ஒரு நிறுவனத்துடன் மேக் இன் இந்தியா திட்டத்தின் கீழ் தலைக் கவசத்தில் திரை தெரியும் தொழில்நுட்பக் கருவிகளை இந்தியாவில் தயாரிக்க ஒப்பந்தம் ஒன்றில் கையெழுத்திடுகிறது.

அந்த ஏரோ டிஃபென்ஸ் சிஸ்டம் யாருடையது தெரியுமா? நரேந்திர மோடியால் வளர்ந்த, அவருக்கு மிகவும் நெருக்கமான கவுதம் அதானியுடைய நிறுவனம்தான் அது.

அம்பானிகளுக்கும் அதானிகளுக்கும் பாரபட்சம் பார்க்காமல் லாபம் சம்பாதித்துத் தருவதுதானே மோடியின் லட்சியம், கனவு எல்லாமும்? அதானி இந்த நிறுவனத்தைத் தொடங்கியது 17 ஜூலை 2015ல். சரியாகச் சொல்லவேண்டுமென்றால், பிரான்ஸ் சென்று மோடி ரபேல் ஒப்பந்தத்தில் கையொப்பம் இட்ட இரண்டே மாதத்தில் இந்நிறுவனத்தைத் தொடங்குகிறார் அதானி.

மோடி அவர் நண்பர்களுக்குக் கொள்ளை லாபத்தை அள்ளித் தந்தது ஒருபுறம் இருக்கட்டும். நாம் இழந்தது என்ன தெரியுமா?

1) 126 விமானம் 90,000 கோடிக்கு வாங்குவதற்குப் பதில் 36 விமானம் மட்டுமே 60,000 கோடிக்கு வாங்க இருக்கிறோம். இதில் Offset Clause விதிப்படி மொத்த வருவாயில் (58,000 கோடி) 50% சுமார் 22,000 கோடி அனில் அம்பானிக்குச் செல்கிறது.

2) முடிவு செய்து வைத்த பட்ஜெட்டின் பெரும் பகுதியை வெறும் 2 ஸ்க்வாட்ரன் விமானங்கள் வாங்க செலவிட்டதால் இது நம் விமானப் படைக்குப் பெரும் பின்னடைவு என ஓய்வு பெற்ற தளபதிகள் கருத்துத் தெரிவிக்கின்றனர். பாகிஸ்தான், சீனா உடனான இரண்டு முனை போர் ஏற்படும்போது இந்த விமானங்கள் எண்ணிக்கை மிகக் குறைவு என்று கவலை தெரிவிக்கின்றனர்.

3) தொழில்நுட்ப மாற்று முறைப்படி பொதுத்துறை நிறுவனமான ஹெச்ஏஎல் நிறுவனத்திற்கு வரவிருந்த அத்தனை பயன்களும் இனி அம்பானி நிறுவனத்திற்குச் செல்லும்.

4) 108 விமானங்களை ஹெச்ஏஎல் நிறுவனம் தயாரிக்க இருந்தது. இது தற்போது நிறுத்தி வைக்கப்பட்டிருக்கிறது. இதன் மூலம் உருவாகும் வேலை வாய்ப்பு முற்றிலும் பறிபோனது.

இதை எல்லாம் சுட்டிக்காட்டி காங்கிரஸ் 14 நவம்பர் 2017 அன்று ஒரு பத்திரிகையாளர் சந்திப்பை நடத்தியது. என்டிடிவியை தவிர எந்த சேனலும், அந்தப் பத்திரிகையாளர் சந்திப்பு குறித்து செய்தி வெளியிடவில்லை. புதிய பாதுகாப்பு அமைச்சர் நிர்மலா சீதாராமன் அளித்த பேட்டியில் காங்கிரஸ் கட்சி எழுப்பிய கேள்விகளுக்கு பதில் அளிக்காமல் இந்த ஒப்பந்தம் மிகவும் அவசியமானது என்றும், போர்க்கால அடிப்படையில் அதைத் துரிதப்படுத்தி முடிக்கப் பட்டதற்கு அரசைப் பாராட்டவேண்டுமே தவிர குறை கூறக்கூடாது

என்றும் கூறினார். காங்கிரஸ் முன்வைத்த கீழ்கண்ட கேள்விக்கு இதுவரை எந்தப் பதிலும் இல்லை

1) பாதுகாப்புக் கொள்முதல் விதிமுறை 2013இன் படி 'ஒப்பந்தப் பேச்சுவார்த்தை குழு' மற்றும் 'விலை நிர்ணயக் குழு' இவை இரண்டையும் கலந்தாலோசிக்காமல் தன்னிச்சையாக பிரதமர் செயல்பட்டது ஏன்?

2) 13.03.2014 அன்று செயல்படுத்தப்பட்ட ஒப்பந்தத்தின்படி ஹெச்ஏஎல் பொதுத்துறை நிறுவனத்திற்கு வரவிருந்த ஒப்பந்தம் தனியாருக்குச் சென்றது எப்ப?

3) விமானக் கட்டமைப்பில் பல வருட அனுபவம் உள்ள ஹெச்ஏஎல் தவிர்த்து இதுவரை முன்னனுபவமே இல்லாத அனில் அம்பானிக்கு ஒப்பந்தம் கொடுக்கப்பட்டது ஏன்?

4) தொழில்நுட்ப மாற்றம் இல்லாதபட்சத்தில் விமானம் பழுது பார்ப்பது, பராமரிப்பது அனைத்துக்கும் டசால்ட் நிறுவனத்தை எப்போதும் சார்ந்திருப்பது சரியா?

இவையெல்லாம், காங்கிரஸ் கட்சி எழுப்பியுள்ள சில கேள்விகள். இவற்றை, தேசிய ஊடகங்கள் தொடர்ந்து எழுப்பி, மத்திய அரசைப் பதில் சொல்ல வைக்குமாறு நிர்பந்தித்திருக்க வேண்டும். இது நாடு முழுக்க பெரும் விவாதப் பொருளாக ஆகியிருக்கவேண்டும். ஆனால், பத்மாவதி திரைப்படம் வெளி வருமா வெளி வராதா, மணி சங்கர் அய்யர் பிரதமரைத் தாழ்ந்த சாதி என்று சொன்னாரா சொல்ல வில்லையா, ராகுல் காந்தி குஜராத் தேர்தல் முடிவுகள் வெளியான அன்று, ஸ்டார் வார்ஸ் படம் பார்த்தாரா இல்லையா, திரையரங்கு களில் தேசிய கீதம் பாடினால் தேசபக்தி வளருமா வளராதா, அனுமார் என்ன சாதி, ராமர் கோவில் கட்டப்படுமா கட்டப்படாதா என்பதிலேயே ஊடகங்கள் கவனம் செலுத்துகின்றன.

இந்த ஒப்பந்தத்தில் மோடி தனிப்பட்ட முறையில் பலனடைந்திருக்கிறார் என்று நாம் குற்றம் சுமத்தவில்லை. நவரத்னா நிறுவனமான ஹெச்ஏஎல் நிறுவனத்துக்குச் செல்ல வேண்டிய மிக முக்கியமான தொழில்நுட்ப மாற்றத்தையும், விமானம் தயாரிப்பு மற்றும் பழுதுபார்க்கும் பணி ஆகியவற்றையும் ஏற்கெனவே பல ஆயிரம் கோடிகளுக்கு அதிபதியாக இருக்கும் அனில் அம்பானிக்கு எதற்காக வழங்கவேண்டும் என்பதுதான் நமது கேள்வி.

தங்களைத் தவிர யாருக்கும் தேசபத்தியே கிடையாது என்று தனது 56 இன்ச் மார்பைப் பெருமையாக தட்டிக் கொள்ளும் பிரதமர் மோடியும் அவர் பக்தர்களும், பொதுத்துறை நிறுவனத்தை உதாசீனப்படுத்திவிட்டு, அனில் அம்பானிக்கு லாபமீட்டித் தருவதுதான் தேசபக்தியா?

முன்னாள் நிதியமைச்சர் யஷ்வந்த் சின்ஹா, முன்னாள் அமைச்சர் அருண் ஷோரி (இருவரும் பிஜேபியில் அமைச்சர்களாக இருந்தவர் கள்) மற்றும் மூத்த வழக்கறிஞர் பிரசாந்த் பூஷன் ஆகியோர் உச்ச நீதிமன்றத்தில் ரபேல் ஊழல் தொடர்பாக உச்ச நீதிமன்ற மேற்பார்வையில் விசாரணை நடத்தப்பட வேண்டும் என்று வழக்கு ஒன்றைத் தொடர்ந்தனர்.

நீண்ட விசாரணைக்குப் பின், தலைமை நீதிபதி ரஞ்சன் கோகோய் தலைமையிலான அமர்வு, ரபேல் விமானத்தின் விலை குறித்து ஏற்கெனவே மத்திய கணக்காயர் (சிஏஜி) நடத்திய ஆய்வறிக்கை நாடாளுமன்ற நிலைக்குழுவுக்குச் சென்றுவிட்டது. இந்தத் தகவலை மத்திய அரசு சீலிடப்பட்ட உறையில் இந்த நீதிமன்றத்துக்குச் சமர்ப்பித்தது. அதனால் விலை குறித்து நாங்கள் ஆய்வு செய்ய வேண்டியதில்லை. பாதுகாப்புத் தொடர்பான விஷயங்களில் அரசுதான் முடிவெடுக்க வேண்டும் என்று உச்ச நீதிமன்றம் தீர்ப்பு கூறி விசாரணை கோரிய மனுக்களைத் தள்ளுபடி செய்தது.

தீர்ப்பு வந்தவுடன், பிஜேபி அமைச்சர்கள், பேச்சாளர்கள் என்று அனைவரும் பொறிப் பறக்க பேசினார்கள். மோடிமீது அபாண்டமான குற்றச்சாட்டைச் சுமத்திய காங்கிரஸ் கட்சியும், ராகுல் காந்தியும் மன்னிப்புக் கேட்க வேண்டும் என்றார்கள்.

சிஏஜி ரபேல் ஊழல் தொடர்பாக நடத்திய ஆய்வறிக்கை நாடாளுமன்ற நிலைக் குழுவுக்கோ, நாடாளுமன்றத்துக்கோ சமர்ப்பிக்கப்பட வில்லை என்ற செய்தி, உச்ச நீதிமன்றத் தீர்ப்பு வந்த சில மணித் துளிகளில் வெளியே வந்தது.

ராகுல் காந்தி, ‘இல்லாத சிஏஜி அறிக்கை எங்கிருந்து வந்தது? உச்ச நீதிமன்றத்தை மோடி அரசு ஏமாற்றியுள்ளது’ என்று கூறினார்.

ஒன்றிரண்டு நாட்களில், மத்திய அரசு, உச்ச நீதிமன்றத்தில் மனு ஒன்றைத் தாக்கல் செய்தது. அதில் சிஏஜி அறிக்கை தொடர்பாக, அரசு அளித்த விபரங்களை உச்ச நீதிமன்றம் இலக்கணப் பிழை

காரணமாகத் தவறாகப் புரிந்துகொண்டது. ஆகையால் அதை மட்டும் திருத்தவேண்டும் என்று கோரி மனுத் தாக்கல் செய்தது.

தொடர்ந்து ரபேல் விமான பேரத்தில் பல்வேறு ஆவணங்கள் வெளியாகிக் கொண்டிருக்கின்றன. அதில் கேரவன் மாத இதழ் வெளியிட்ட ஓர் ஆவணத்தில், இந்த பேரத்தில் தேசிய பாதுகாப்பு ஆலோசகர் அஜித் தோவால் பெருமளவில் பங்கெடுத்திருக்கிறார் என்ற தகவலும் வெளி வந்திருக்கிறது.

இந்தப் புத்தகம் அச்சேறுகையில், உச்ச நீதிமன்றம் கிறிஸ்துமஸ் விடுப்பில் இருந்தது.

ஊழலை ஒழிக்கிறேன் என்ற முழக்கத்தில் ஆட்சியைப் பிடித்த மோடி ஊழலை ஒழிக்கும் லட்சணம் இதுதானா?

எந்தக் கோணத்தில் பார்த்தாலும், எல்லா வகையிலும் மோடி முழுமையாக தோல்வியடைந்தவராகவே இருக்கிறார். கொடுத்த வாக்குறுதிகளை நிறைவேற்றாமல் இருப்பதைக்கூடப் பொறுத்துக் கொள்ளலாம். ஆனால், ஒரு நாட்டின் பிரதமர் தொடர்ந்து பொய் கூறுவதை எப்படி ஏற்றுக்கொள்ளமுடியும்?

2014ம் ஆண்டு காங்கிரஸ் கட்சியின் வீழ்ச்சிக்கு முக்கியமான காரணம் ஊழல். உத்தேசமான ஒரு ஊழல் தொகையை ஊதிப் பெரிதாக்கியே பிஜேபி ஆட்சிக்கு வந்தது. காங்கிரஸ் ஆட்சியில் சகித்துக்கொள்ள முடியாத வகையில் ஊழல் இருந்தது என்பதை மறுக்க முடியாது. ஆனால் அதே நேரத்தில், நாம் என்ன உண்ண வேண்டும், எப்படி உடை உடுத்த வேண்டும், யாரைக் காதலிக்க வேண்டும், எப்படி வணங்க வேண்டும், யாரை வணங்க வேண்டும், நமது தேச பக்தியை எப்படி வெளிப்படுத்த வேண்டும் என்று யாரும் அப்போது கட்டளையிட்டது கிடையாது.

இந்தியா என் நாடு என்று பிரிவினையின்போது, இந்தியாவைத் தேர்ந்தெடுத்து இங்கே வாழ்ந்து கொண்டிருக்கும் இஸ்லாமியர் களை விரோதிகளாகப் பார்க்க யாரும் தூண்டியது கிடையாது. இஸ்லாமியர்களை இரண்டாம்தர குடிமக்களாக நடத்த யாரும் வலியுறுத்தியது கிடையாது.

காங்கிரஸின் பத்தாண்டு கால ஆட்சியில், பல ஊழல் புகார்கள் இருந்தன. அதன் காரணமாக, பல அமைச்சர்கள் ராஜினாமா

செய்துள்ளனர். ஆனால் கடந்த நான்கரை ஆண்டுகளாக, எத்தனையோ சர்ச்சைகள், எத்தனையோ ஊழல் புகார்கள் வந்தாலும் அந்தப் புகாரை கூறுபவர்களையே தேச விரோதிகள் என்று சித்தரிக்கும் போக்கு தற்போது வளர்ந்திருக்கிறது. ஊழல் புகார்களை வெளியிடும் ஊடகங்களை 100 கோடி 200 கோடி என்று நஷ்ட ஈடு கோரி வழக்குத் தொடுக்கும் போக்கு அதிகரித்துள்ளது.

ஊழல், வளர்ச்சி என்பதையெல்லாம் ஒருபுறம் ஒதுக்கிவிடுவோம். இந்தியா என்ற பன்முகத்தன்மை கொண்ட இந்நாட்டில் நாம் மனிதர்களாக, சக மனிதர்களோடு நேசத்தோடு வாழ வேண்டுமானால், மோடி 2019ல் வீழ்த்தப்படவேண்டும். மீண்டும் ஒரு முறை மோடி பிரதமரானால், இந்தியா தன் மாண்பை நிச்சயம் இழக்கும்.

www.ingramcontent.com/pod-product-compliance
Lightning Source LLC
LaVergne TN
LVHW090411051026
849518LV00006B/2314
* 9 7 8 8 1 8 4 9 3 9 7 6 7 *